காந்திய அரசியல்

வ. கீதா

பரிசல்

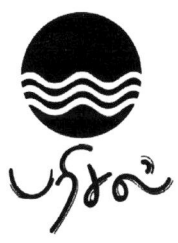

காந்திய அரசியல்
வ. கீதா ©
முதல் பதிப்பு: மார்ச் 2005
இரண்டாம் பதிப்பு: ஆகஸ்ட் 2020

வெளியீடு: பரிசல் புத்தக நிலையம்
235, P. பிளாக் MMDA காலனி
அரும்பாக்கம், சென்னை – 600 106.
பேச: 9382853646
மின்னஞ்சல்: parisalbooks@gmail.com
அச்சாக்கம்: கம்ப்யூ பிரிண்டர்ஸ், சென்னை – 600 086.

பக்கம்: 80

விலை ரூ: 100

கங்கு வரிசையில் இந்நூல் 2005 இல் முதல் பதிப்பாக வெளிவந்தது. இதன் ஒருங்கிணைப்பாளர் பேராசிரியர் வீ. அரசு அவர்களுக்கு நன்றி.

Gandhiya Arasiyal
V. Geetha ©

First Edition: March 2005
Second Edition: August 2020

Published by Parisal Putthaga Nilayam
No. 235, P&Block MMDA Colony
Arumbakkam, Chennai - 600 106.
Mobile: 93828 53646
email: parisalbooks@gmail.com

DTP : V. Dhanalakshmi,
Wrapper Designed by: Aswad Shariati
Printed at: Compu Printers, Chennai - 86.

Pages: 80

Price Rs. 100

இந்நூல்...

காந்தியின் வாழ்க்கை மற்றும் காந்திய நெறிகள் குறித்துப் புதிதாக எதையும் சொல்ல முடியுமா என்ற ஐயப்பாட்டுடன்தான் அவருடைய வாழ்க்கை மற்றும் சிந்தனைகளை அணுகவேண்டியுள்ளது. குறிப்பாகப் பெரியார், அம்பேத்கர், எம். என். ராய் ஆகியோர் காந்தியம் பற்றி முன்வைத்துள்ள ஆழமான விமர்சனங்களை மீறிய பார்வை ஒன்று சாத்தியமா? என்ற கேள்வியை மனத்தில் நிறுத்தித்தான் அவரது எழுத்துகளையும் ஆராய வேண்டியுள்ளது.

இந்நூல் மேற்கூறியுள்ளவர்களது விமர்சனங்களின் நியாயத்தை அங்கீகரித்தும் ஏற்றும் எழுதப்பட்ட ஒன்றாகும். ஆனால் இவ்விமர்சனங்களினூடாக மட்டும் காந்தியை இந்நூல் அணுகவில்லை. அவரது எழுத்துகளில் துலங்கும் சிந்தனைக் கூறுகள், அச்சிந்தனைகளின் வரம்புகள், உள்ளார்ந்த முரண்பாடுகள் ஆகியவற்றை இனங்கண்டு அவற்றுக்குரிய வரலாற்றுப் பின்னணி, சூழல் ஆகியவற்றுடன் அச்சிந்தனைகளைப் பொருத்திக் காட்டி விளக்கவும் விமர்சிக்கவும் செய்கிறது.

மூன்று விவாதப் புள்ளிகளையொட்டிக் காந்திய அரசியல் இந்நூலில் அலசப்பட்டுள்ளது: தீண்டாமை – சாதியமைப்பு; அகிம்சை அரசியல்; சமயமும் சமுதாயமும் ஆகியவை. காந்தி இம்மூன்று துறைகளில் சாதித்த வெற்றிகளையும் பெற்ற

தோல்விகளையும் ஆராய்வதுடன், அத்துறைகளுக்குரிய செயல்பாட்டில் அவர் பேணிய அறத்துக்கும் அவ்வறம் செயல்பட்ட பாங்கிற்கும் அவ்வறத்தை வளர்த்தும் சோதித்தும் வடிவமைத்த வரலாற்றுச் சூழலுக்கும் இடையே நிலவிய நுணுக்கமான உறவுகளையும் இந்நூல் அடையாளங்காண முயற்சி செய்துள்ளது.

காந்தியைச் சுற்றிக் கட்டப்பட்டுள்ள ஒளிவட்டத்திலிருந்து அவரது ஆளுமையை விடுவித்து வரலாற்றுக்கும் வரலாற்று ரீதியான விவாதத்துக்கும் அதனைத் திரும்பத்தருவதும் இந்நூலின் நோக்கமாகும்.

வ.கீதா

தீண்டாமையும் சாதியும்: காலம் காட்டிய கருத்தியல்

தீண்டாமை, தீண்டாமைக்கும் சாதியமைப்புக்கும் உள்ள உறவு, தீண்டாமைக்கும் இந்து மதத்துக்குமுள்ள நெருக்கமான தொடர்பு (அல்லது தொடர்பற்ற நிலை) குறித்து காந்தி கொண்டிருந்த கருத்துகளையும் புரிதல்களையும் அவர் வாழ்ந்து செயல்பட்ட வரலாற்றுச் சூழமைவுகளின் பின்னணியில் வைத்துப் பார்த்து விளக்குவதும் விமர்சிப்பதும்தான் இந்த முதல் பகுதியின் நோக்கம்.

தனது சுயசரிதையில் இளம் வயதிலிருந்தே தீண்டாமையை அனுசரிக்கும் போக்கிற்குத் தான் உடன்படவில்லை என்றும் அவ்வாறு அனுசரிப்பதை நகைப்புக்குரியதாகக் கருதியதாகவும் காந்தி குறிப்பிடுகிறார். பிறர் பாவமாகக் கருதியதைத் தான் கடமையாக ஏற்றுச் செயல்பட்டதாகவும் கூறுகிறார். குஜராத்தில் கொள்ளைநோய் ஏற்பட்டிருந்தபோது, தாழ்த்தப்பட்டவர்கள் வாழும் பகுதிகளுக்குச் செல்ல அநேகமானவர்கள் தயங்கியதாகவும் சுகாதார அதிகாரிகளுக்கு உதவும் பொருட்டுத் தான் மட்டுமே அம்மக்களுடைய வீடுகளுக்குச் சென்றதாகவும் அவை மேட்டுக்குடி இந்துக்களின் இல்லங்களைக் காட்டிலும் சுத்தமாக இருந்ததாகவும் பதிவுசெய்துள்ளார். (தொ:44:218)

ஆனால் அவர் தீண்டாமை குறித்து திட்டவட்டமாகவும் தொடர்ந்தும் சிந்திக்கத் தொடங்கியதற்கான நேரடிச் சான்றுகள் இருபதாம் நூற்றாண்டின் தொடக்க

ஆண்டுகளுக்குரியவையாகவே உள்ளன. 1915இல் வி.எஸ். சீனிவாச சாஸ்திரியாருக்கு எழுதிய கடிதமொன்றில் தான் சென்னை மாகாணத்தைச் சேர்ந்த தாழ்த்தப்பட்ட சிறுவன் ஒருவனைத் தன்னுடன் சேர்த்துக் கொண்டுள்ளதாகவும் கஸ்தூர்பா அம்மையார் இம்முறை தனது இந்தச் செயலுக்குத் தடையாயில்லை என்றும் குறிப்பிடுகிறார். (தொ:15:46; கடிதம் எழுதிய தேதி: 23.9.1915)

கஸ்தூர்பா தாழ்த்தப்பட்டவர்கள் விஷயத்தில் காந்தியுடன் ஒத்துப்போகவில்லை என்பதற்கான சான்று வேறொரு கடிதத்தில் உள்ளது. தனது நண்பன் சார்லி ஆண்டுருசுக்கு எழுதிய கடிதம் ஒன்றில் காந்தி இவ்வாறு குறிப்பிடுகிறார். "அது 1897இல் நடந்தது. டர்பனில் (டர்பன் = தென்னாப்பிரிக்காவிலுள்ள நகரம்) நாங்கள் குடியிருந்தபோது லாரன்ஸ் என்பவரை வீட்டுக்கு அழைத்திருந்தேன்; வீட்டில் தங்கவும் அவருக்கு அழைப்பு விடுத்திருந்தேன். பறையர் வகுப்பைச் சேர்ந்த அவரைச் சரிசமமாக நடத்த கஸ்தூர்பா தயங்கினார். அன்று அவரை வீட்டை விட்டு அனுப்பவும் நான் தயாராக இருந்தேன்." (தொ:22:273; கடிதம் எழுதிய தேதி: 29.1.1921)

தென்னாப்பிரிக்காவில் வாழ்ந்த காலத்தில் காந்தி தாழ்த்தப்பட்டவர்கள் விஷயத்தில் அக்கறையுடன் நடந்து கொள்ள விரும்பியதற்கான வேறு சான்றுகளும் உண்டு. 1914இல் இந்தியாவிற்குத் திரும்புவதற்கு முன் சில இந்தியப் பிரமுகர்கள் பிரிவுபசாரணை விருந்து ஒன்றுக்கு அவரை அழைத்தார்கள். நேரமின்மையால் அவரால் உடனடியாக விருந்தில் கலந்து கொள்ள இயலவில்லை. ஏற்பாடு செய்திருந்தவர்கள் 'தெத்துகள்' என்றழைக்கப்படும் தாழ்த்தப்பட்ட சமுதாயத்தைச் சேர்ந்த குஜராத்தியர்கள் என்பதை அறிந்ததும் அவர் வருத்தப்பட்டார். தான் கட்டாயம் அவ்விருந்தில் சொன்னபோதே கலந்து கெண்டிருக்க வேண்டுமென்று தன்னைத்தானே நொந்து கொண்டார். (தொ:14:214) (இரண்டாம் முறையாக அழைக்கப்பட்ட போது பிரிவுபசாரணை விருந்தில் அவர் கலந்து கொண்டதாகவும் குறிப்பிடுகிறார்)

இந்தக் காலக்கட்டத்தில் தீண்டாமை பற்றிய அவரது புரிதல் ஆழமானதென்று சொல்லிவிட முடியாது. பறையர் என்ற சொல்லை அவர் கையாண்ட விதத்திலிருந்தே இது நமக்குத் தெரிகிறது. இச்சொல்லை அவர் அடிக்கடி கையாண்டபோதிலும் விலக்கப்பட்ட மனிதர்களுக்கான குறியீட்டுச் சொல்லாகவே அதைப் பயன்படுத்துகிறார். உதாரணத்துக்குத் தென்னாப்பிரிக்காவிலிருந்த இந்தியர்கள் வெள்ளையர்களால் பாரபட்சமாக நடத்தப்படுவதை விளக்குகையில், அவர்கள் பறையர்களை விடக் கேவலமாக நடத்தப்பட்டார்கள் என்பார். பறையர்கள் எனப்படுவோரின் வாழ்நிலைமைகளையோ, அவர்கள் சந்தித்த இழிவுகளையோ அவர் விவரிக்கவோ, ஆராயவோ தலைப்படவில்லை – தனது தென்னாப்பிரிக்க அனுபவங்களைப் பின்னாட்களில் நினைவு கூறும் போதுதான் அவரால் அவற்றைத் துல்லியமாக மதிப்பிட முடிந்தது. தனது கடந்தகால நடத்தைக்கு விளக்கங்களைச் சொல்லவும் முடிந்தது.

1915இல் காந்தி இந்தியாவுக்குத் திரும்பினார். குஜராத்தில் தனது ஆசிரமத்தை அமைத்தார். ஆசிரம விதிகள், நடவடிக்கைகள் முதலியவற்றை விளக்கும் சாசனத்தில் தீண்டாமையொழிப்பு தனது அமைப்பு கடைப்பிடிக்க வேண்டிய முக்கியச் செயல்பாடு என்று அடையாளப்படுத்தினார். தனது தென்னாப்பிரிக்க நண்பர் ஹெர்மன் காலன்பாக்கிற்கு எழுதிய கடிதத்தில் அவர் தெரிவித்ததாவது: "நான் பறையர் பணி ஏற்று உழைக்க வேண்டியிருந்தாலும் இருக்கும் – அதாவது நானே பறையனாக என்னை ஆக்கிக்கொள்ள வேண்டியிருக்கும். பொறுத்திருந்து பார்ப்போம்." (தொ:15:47; கடிதம் எழுதிய தேதி: 24.9.1915)

பறையர்கள் அல்லது தாழ்த்தப்பட்டவர்களின் வாழ் நிலைமைகளை உணர்வுபூர்வமாக அனுபவித்து அத்தகைய அனுபவத்தினூடாக – இந்த அனுபவமானது மனத்தில், பிரக்ஞையில் நிகழும் ஒன்று என்பதை மறந்துவிடக்கூடாது – அம்மக்கள் சகித்து வாழும் வேதனையை உலகுக்கு உணர்த்துவதை காந்தி இக்காலகட்டத்தில் (1915–1918 ஆண்டுகளுக்கு இடைப்பட்ட காலத்தில்) முக்கியமானதாக

நினைத்தார். அவர் அன்று செயலாற்றிய உலகம், குறிப்பாகத் தாழ்த்தப்பட்டவர்கள் குறித்துப் பிரச்சாரம் செய்த உலகம், குஜராத்திய சமுதாயமாகும்.

இந்தப் பிரச்சாரமானது தீண்டாமையை இருநிலைகளில் வைத்துப்பேசியது, விமர்சித்தது. தீண்டாமை எதிர்ப்பு என்பதைத் தனது ஆசிரமத்தில் செயல்படுத்த விரும்பிய சத்தியசோதனைகளில் ஒன்றாக காந்தி விளங்கிக்கொண்டார். இச்சோதனைகள் அனைத்தும் ஆத்மசுத்தம், நல்வாழ்க்கை, நல்லறம், மெய்காணல், புலனடக்கம், நாட்டுப்பற்று, நாட்டுச்சேவை, கூட்டுறவு வாழ்க்கை ஆகியவற்றைச் சாதிக்க மேற்கொள்ளப்பட்டவை. தீண்டாமை எதிர்ப்பைப் பொறுத்தவரை, மனிதர்களின் மனத்தில் பதிந்துவிட்ட வெறுப்பையும் இறுமாப்பையும் அகற்றும் செயலாகவே அது பரிணமித்தது. இத்தகைய செயலானது தனிநபர்களின் மனங்களைத் தூய்மைப்படுத்தவல்ல அறநடவடிக்கை மட்டுமல்ல, மாறாக, நாட்டுக்குரிய நன்னெறியுமாகும் என்றே காந்தி வாதிட்டார்.

தீண்டாமை எதிர்ப்பு என்பதைப் பொதுவான அறமாக அவர் அடையாளப்படுத்திய போதிலும், அதைக் குறித்த அவரது வாதங்கள் குஜராத்திய சமுதாயத்தில் காணப்பட்ட ஒருவித மெத்தனத்தை நோக்கியே வைக்கப்பட்டன. அண்டை மாநிலமான மகாராட்டிரம் கண்டிருந்த தீவிர பார்ப்பன எதிர்ப்புப் போராட்டங்களும் சாதி மறுப்புக் கருத்தியல்களும் குஜராத்திய வரலாற்றுக்கும் சமுதாய வாழ்வுக்கும் அந்நியமானவையாகவே இருந்தன. இவற்றின் நிழல்கள் கூடப் படாத பண்பாடே இங்கு நிலவியது. குஜராத்தில் நிலவிவந்த சமண மதமும் வைணவமும் கொல்லாமையையும் பக்திசார்ந்த அன்பையும்தான் முக்கியமான விழுமியங்களாகப் போதித்தன – சமத்துவத்தையும் சமநீதியையும் அல்ல. எனவே தீண்டாமை என்பது குஜராத்தில் பெரியளவுக்குத் தட்டிக்கேட்கப்படாததுடன், மிக இயல்பானதாக உள்வாங்கப்பட்டுப் பின்பற்றப்பட்டு வந்தது. கடவுளின் முன் யாவரும் சமம் என்ற பக்தி கோட்பாட்டினூடாக மட்டும் தீண்டாமை மறுப்புக் கருத்து அவ்வப்போது பேசப்பட்டது.

இந்த சூழ்நிலையில் காந்தியின் தீண்டாமை எதிர்ப்புப் பிரச்சாரம் புரட்சிகரமானதாகப் பாவிக்கப்பட்டது. தீண்டாமை என்பது இந்து மதத்தின்மீது சுமத்தப்பட்டுள்ள பெரும்பாவம் என்றும், உண்மையில் இந்து மதநெறிகள் இதனை ஆதரிப்பதில்லை என்றும், அவ்வாறு ஆதரிப்பதாகக் கொள்ளப்படுபவை உண்மையான நெறிகளல்ல என்றும் காந்தி வாதிட்டார். தாழ்த்தப்பட்டவர்களைத் தூய்மையற்றவர்கள் என்று சாடுவது நியாயமாகாது என்றும், இம்மக்களின் உடல்களில் படிந்துள்ள அழுக்கை எளிதில் அகற்றிவிடலாம்; ஆனால் அவர்கள்பால் வெறுப்பையும் வன்மத்தையும் உமிழும் சாதி இந்து மனங்களை வெளுப்பதென்பது அத்தனை எளிதல்ல என்றும் கூறினார். மேலும், ஒருவர் ஆற்றும் பணியைக் கொண்டு அவரைத் தாழ்ந்தவராகக் கருதுவது சரியல்ல என்றார். அழுக்கையும் கழிவையும் அகற்றுபவர்கள் எல்லாம் தாழ்ந்தவர்கள் என்றால் பெற்ற தாயை ஒவ்வொருவரும் தூய்மையற்றவராகக் கருதி ஒதுக்க வேண்டிவரும் என்றார். (தொ:16:137-41; கோத்ராவில் பொதுக்கூட்டத்தில் பேசியது-5.11.1917)

1918ஆம் ஆண்டின் இறுதியில் தேசிய இயக்கப் போராட்டத்தில் காந்தி தன்னை முழுமையாக இணைத்துக்கொண்டார். 1919ஆம் ஆண்டு இயற்றப்பட்ட ரவுலட் சட்டங்களை எதிர்த்து அவர் நடத்திய சத்தியாகிரகப் போராட்டங்கள், அவர் 1920களில் தலைமையேற்று நடத்திய ஒத்துழையாமை இயக்கத்திற்கான அரசியல் தளத்தையும் சமூக ஒப்புதலையும் ஏற்படுத்திக்கொடுத்தன. இந்தச் சூழ்நிலையில் தீண்டாமையொழிப்பு குறித்த அவரது கருத்துகள் புதிய அழுத்தங்களைப் பெற்றன.

தீண்டாமையைக் கடைப்பிடிப்பதென்பது பாவம் புரிவதாகும் என்று அவர் தொடர்ந்து விளக்கியதுடன் அதனை அந்நியராட்சியிலிருந்து விடுதலை என்ற அரசியல் இலட்சியத்துடன் தொடர்புபடுத்திப் பேசினார். 1921இல் யங் இந்தியாவில் எழுதிய கட்டுரையொன்றில் ஜாலியன் வாலா பாக் படுகொலைகளுக்குக் காரணமாகயிருந்த ஜெனரல் டயரைக் குறை கூற சாதி இந்துக்களுக்கு அருகதையில்லை என்று எழுதினார். தாழ்த்தப்பட்ட மக்களை விலக்கி வைத்துப்

பொதுக் கிணறுகளில் அவர்கள் நீர் எடுக்கவிடாமல் தடுத்து, பிறர் உண்டவற்றின் எச்சசொச்சங்களை அவர்களுக்கு உணவாக ஒதுக்கி வைத்து, அவர்களது நிழல் பட்டாலே தீட்டு ஒட்டிக்கொள்ளும் என்று நம்பும் சாதி இந்துக்களுக்கும் ஜெனரல் டயர் போன்றோருக்கும் அடிப்படையில் எந்த வேறுபாடுமில்லை என்று முடித்தார்.

ஒத்துழையாமை இயக்கத்தின் சார்பில் அம்மக்களுக்குப் போனால் போகிறதென்று சில பள்ளிக்கூடங்களை மட்டுமே திறந்து வைத்தால் போதாதென்றும் எச்சரித்தார். தம் மனத்தில் பதிந்துவிட்ட உயர்வு மனப்பான்மையைத் துறக்கச் சாதி இந்துக்கள் முன்வரவேண்டும், தாழ்த்தப்பட்டவர்களைச் சகோதரர்களாகப் பாவிக்க வேண்டும், அவர்களிடமிருந்து களவாடப்பட்டுள்ள உரிமைகளை மீட்டுத்தர வேண்டும் என்றார். (தொ:22:225; யங் இந்தியா: 19.1.1921)

தான் இவ்வாறு பேசுவதும் எழுதுவதும் இந்து மதத்தின் புனிதத் தன்மையைச் சலனப்படுத்தி வருவதாகவும், இந்தக் காரணத்தினாலேயே தேசிய முக்கியத்துவம் வாய்ந்த பணியாக அது உள்ளதென்றும் சார்லி ஆண்டுருசிடம் தெரிவித்தார். (தொ:22:273; கடிதம் எழுதிய தேதி: 29.1.1921)

1920களில் தீண்டாமைக்கும் சாதிக்கும் உள்ள உறவு பற்றியும் காந்தி பேச வேண்டியிருந்தது. இதற்குக் காரணம், ஒத்துழையாமை இயக்கப் பிரச்சாரம் செய்யவும் கதர், தீண்டாமையொழிப்பு குறித்துப் பிரச்சாரம் செய்யவும் அவர் தக்காணத்திலும் – குறிப்பாக மகாராட்டிரத்திலும் – தமிழகத்திலும் பயணங்கள் மேற்கொண்ட போது, அப்பகுதிகளில் ஆழ வேரூன்றியிருந்த பார்ப்பன, சாதி எதிர்ப்புக் கருத்தியலுக்கும் அரசியலுக்கும் அவர் முகங்கொடுக்க வேண்டியிருந்ததுதான். 1920களின் முதலாண்டுகளில் அவர் மேற்கொண்ட பயணங்களின் போது பார்ப்பனரல்லாதார் இயக்கங்கள், பார்ப்பனர்களைக் குறித்து வைக்கும் விமர்சனங்களைப் பற்றி அறிந்தார். அவற்றை ஏற்காததுடன் பார்ப்பனரல்லாதாரும், பார்ப்பனர்களைப் போல் தீண்டாமை பாராட்டுபவர்கள்தானே என்றும் வாதிட்டார். அதாவது, பார்ப்பனர்களைக் குறைசொல்பவர்கள்

உன்னதமானவர்களல்ல, மாறாக அவர்கள் மீது பொறாமை கொண்டவர்கள், வன்மம் பாராட்டுபவர்கள் என்ற ரீதியில்தான் அவர் அன்று பேசினார். நாக்பூரிலும், சென்னையிலும் பேசிய கூட்டங்களில் இக்கருத்துகளை முன்வைத்துதான் இப் பிரச்சனையை அலசினார். பிராமணர்களைக் குறை சொல்லிப் பயனில்லை. அவர்களில் எவ்வளவோ நல்லவர்கள் உண்டு – தேசியத் தலைவர்களாகவும் சமூக வழிகாட்டிகளாகவும் அவர்கள் உள்ளார்கள். அவர்களை எதிர்க்க விரும்புவோர் அவர்களைப் போல் தவவலிமையுடன் இருக்கப் பழக வேண்டும் என்றார் (தொ:21:462-63; சத்தாராவில் பொதுக்கூட்டத்தில் பேசியது 7.11.1920)

காந்தியின் இந்த வாதங்களை அவர் சந்தித்த பார்ப்பனரல்லா தவர்களின் பிரதிநிதிகளும் அறிவாளர்களும் ஏற்கவில்லை. அவரது கருத்துகளை மறுத்து 1920கள் தோறும் தொடர்ந்து அவருக்குக் கடிதங்கள் எழுதினர். பார்ப்பனர்களை விமர்சித்ததுடன் அக்கடிதங்களை எழுதியவர்கள் வேறொன்றையும் வலியுறுத்திக் கூறினர். சாதியமைப்புதான் தீண்டாமைக்கு ஆதாரமாகவும் அடிப்படையாகவும் உள்ளது என்றனர். காந்தி இக்கருத்துகளுடன் உடன்படவில்லை. அவற்றை விமர்சிக்கும் வகையிலான கட்டுரையொன்றையும் வரைந்தார்.

சாதியமைப்புதான் இந்துச் சமுதாயம் நிலைகுலைந்து போகாமல் இருப்பதற்குக் காரணம் என்றும், நால் வருணப்பாகுபாடுகள் மட்டுமே சாதியமைப்புக்குரியன, அதன் ஆதி நிலையைக் குறிப்பன என்றும், இன்றுள்ள நூற்றுக்கணக்கான துணைசாதிகளும் பிரிவுகளும் பிற்காலத்தில் உருவானவையென்றும், அவை ஒழிக்கப்படுவதில் தவறில்லை என்றும் காந்தி பதிலுரைத்தார். ஆனால் நால்வருணப் பிரிவு என்பது காப்பாற்றப்பட வேண்டுமென்றும், இந்த வருணப் பிரிவுகள் இருப்பதால் சமத்துவமும் சகோதரத்துவமும் சாத்தியமில்லை என்ற கருத்துக்குத் தான் உடன்படவில்லை என்றும் அவர் கூறினார். மேலும், இவ்வருணப் பாகுபாடுகளின் அடிப்படையில் மனிதர்களுக்கிடையே ஏற்றத்தாழ்வுகளை யாரேனும் வளர்த்தால் அவர்களை எதிர்ப்பதில் தவறில்லை என்றும் அவர் கூறினார். உணவு,

மணவுறவுகள் தொடர்பாக, சாதி சமுதாயத்திலுள்ள தடைகள், ஏற்றத்தாழ்வுகளை உருவாக்குவதற்காகவோ, மேல்-கீழ் நிலைகளைக் குறிப்பதற்காகவோ ஏற்பட்டவையல்ல என்றும், இந்துக்களிடையே கட்டுப்பாட்டையும் ஒழுக்கத்தையும் வளர்க்கவே அவை ஏற்படுத்தப்பட்டன என்றும் தனக்கேயுரிய தர்க்கத்தையும் முன்வைத்தார். "வருணப் பாகுபாடு போற்றுதற்குரியது-தீண்டாமையோ பாவச்செயல். கட்டுப்பாடுகளை மீறும் ஆதிக்க மனப்பான்மையின் வெளிப்பாடு" என்ற நூதனமான வரையறையையும் வகுத்தார். (தொ:40:205; ராஜபாளையத்தில் பொதுக்கூட்டத்தில் பேசியது: 4.10.1927)

ஆனால் 1920களின் கடையாண்டுகளில் சாதி, வருணம், தீண்டாமை குறித்து காந்தி சற்றே வித்தியாசமாக சிந்திக்கத் தலைப்பட்டார் என்பதும் தெளிவாகிறது. 1927இல் தென்னிந்தியாவில் அவர் பயணஞ் செய்கையில் தமிழகத்துக்கு மீண்டும் வந்தார். சுயமரியாதை இயக்கத்தின் தீவிரமான சாதி எதிர்ப்பு பிரச்சாரத்தின் எதிரொலிகள் குடிமைச் சமுதாயத்தில் பெரும் சலனங்களை ஏற்படுத்தியிருந்த காலம் அது. சுயமரியாதை இயக்கத்தைச் சேர்ந்தவர்களில் சிலர் காந்தியைச் சந்தித்தனர். தீண்டாமையொழிய வேண்டுமானால் சாதியமைப்பும் வருணதருமமும் இவற்றுக்கு ஆதாரமானக் கருத்தியல்களும் மதநம்பிக்கைகளும் ஒழிக்கப்படவேண்டும் என்று வாதிட்டனர். காந்தி அவர்களுக்கு நேரடியாகப் பதிலளித்ததுடன் இவ்விஷயங்களைக் குறித்து தான் கலந்துகொண்ட பல பொதுக்கூட்டங்களிலும் பேசினார். வருணமும் சாதியும் வேறு என்றும், சாதியும் தீண்டாமையும் அழிக்கப்படவேண்டும், ஆனால் வருணப்பிரிவினைகளைச் சாட வேண்டியதில்லை என்றே மீண்டும் மீண்டும் பேசினார். ஆனால் வேறு சில புதிய விஷயங்களையும் சேர்த்துக்கொண்டார்; ஏற்கனவே கூறிவந்துள்ள சில கருத்துகளையும் விளக்கிப் பேசினார். வருண அடையாளம் என்பது ஒருவர் சுவீகரிப்பது – முன்னோர்களது வாழ்க்கைமுறை, அதற்குரிய அறம், அவர்கள் மேற்கொண்ட தொழில் ஆகியவற்றைச் சமுதாயத்தில் ஒவ்வொருவரும் பின்பற்றுதலையே இது குறிக்கிறது. ஒருவருக்கு விதிக்கப்பட்ட வாழ்க்கையை வாழ்வதென்பது, குறிப்பாகக் குறிப்பிட்ட

தொழிலைப் பின்பற்றுவதென்பது சமுதாயத்தில் போட்டியையும் பொறாமையையும் கட்டுப்பாட்டில் இருக்கும்படியாகச் செய்யும். வயிற்றுப்பிழைப்புக்குத் தந்தையின் தொழிலைச் செய்பவர்கள் ஆர்வத்தின் பெயரில் வேறு தொழில்களைப் பின்பற்ற நினைத்தால், பணத்திற்காக அதைச் செய்யக்கூடாது; சேவை மனப்பான்மையுடனே அதைச் செய்ய வேண்டும். இவ்வாறு வாழும்போது மனம் அங்குமிங்கும் அலைபாயாது; ஆன்மீகத் தேடலில் தன்னை ஆழ்த்திக்கொள்ளும் என்றார். {தொ:40:483-84. (பார்ப்பனரல்லாத இளைஞர்களுடன் நடத்திய உரையாடல்களின் சாராம்சம்)}

அவர் மேலும் கூறியதாவது; மணவுறவுகளில் காணப்படும் தடைகள், சேர்ந்துண்ணல் தொடர்பான தடைகள் அடிப்படையானவையல்ல. ஆன்மீகக் கட்டுப்பாடுடையவர்களை இத்தடைகள் கட்டுப்படுத்தாது, அவர்கள் வேறு வருணத்தாரை மணஞ்செய்து கொள்ளுவதிலும் தவறில்லை. அவ்வாறு மணஞ்செய்து கொண்டாலும் அவர்களுடைய வருண அடையாளங்களுக்குப் பங்கம் ஏற்படாது. {தொ:40:485. (பார்ப்பனரல்லாத இளைஞர்களுடன் நடத்திய உரையாடல்களின் சாராம்சம்)}

வருணப்பிரிவினைகள் குறித்துக் காந்தி இத்தனை விளக்கமாகப் பேசக் காரணமில்லாமல் இல்லை. சுயமரியாதை இயக்கத்தவர்கள் அவரது ஒவ்வொரு வாதத்துக்கும் தக்க எதிர்வாதத்தை முன்வைத்தனர். வருணத்துக்கும் ஆன்மீகத் தேற்றத்திற்கும் இடையிலான உறவை – காந்தியால் வரையறுக்கப்பட்ட உறவை–அவர்கள் பொருத்தப்பாடற்றதாய்க் கருதினார்கள். அவரவருக்கு விதிக்கப்பட்ட வருணத்தின் படி தொழில்புரிந்து வந்ததாலேயே ஏனையோருக்கு ஆன்மீக வாழ்க்கை என்பது இல்லாமல் போய்விட்டது என்பதைச் சுட்டிக்காட்டினர். காந்தி இந்த வாதத்தை ஒப்புக்கொண்டார்– ஆனால் தான் வரையறுத்துள்ள வருண தருமம் என்பது தற்சமயம் உள்ள சமுதாய அமைப்பில் காணப்படும் ஒன்றல்ல, மனுஸ்மிருதியில் வரையறுக்கப்பட்டுள்ள அநீதியான பிரிவுகளை நியாயப்படுத்தும் அறமும் அல்ல, மாறாக பகவத்கீதையில் கூறப்பட்டுள்ள கருத்தாக்கத்தைத் தான் விளங்கிக்

கொண்டதிலிருந்து வரையறுக்கப்பட்டது என்றார். {தொ:40:485. (பார்ப்பனரல்லாத இளைஞர்களுடன் நடத்திய உரையாடல்களின் சாராம்சம்)} சுய மரியாதை இயக்கத்தினர் இந்த வாதத்தினால் சமாதானம் அடையவில்லை; அவ்வியக்கம் மேற்கொண்ட தீவிரகாந்தி-எதிர்ப்பானது இந்தக்கால கட்டத்தில்தான் பூரணமடைகிறது என்பது குறிப்பிடத்தக்கது.

வருணம், சாதி, தீண்டாமை குறித்த காந்தியின் கருத்துகளில் பொதிந்துள்ள முரண்களை விளக்குவதும் விமர்சிப்பதும் அவசியமாகிறது. வருணங்களில் பேதமில்லை, வருணம் குறிக்கும் தொழில்களில் ஏற்றத்தாழ்வில்லை என்கிறார். ஆனால் அவரது இந்தச் 'சமத்துவ'ப் பார்வையை அவர் ஆதர்சமானதாகக் கருதும் அறவுணர்வானது ஊடறுத்துச் செல்வதாய் உள்ளது. வருணப் பாகுபாடுகள் ஒழுக்கத்தையும் கட்டுப்பாட்டையும் சாதிக்கின்றன. எனவே அவரவருக்குரிய வருண அடையாளத்தை, குறிப்பாகத் தொழில் ரீதியான அடையாளத்தைப் பேணுவதே சிறந்த அறமாகும் என்ற விளக்கமானது அவர் பாராட்ட விரும்பும் சமத்துவத்தை வரம்பிடுகிறது. தகுதி என்பது பிறப்பால் நிர்ணயிக்கப்படுவதல்ல என்று அவர் கூறினாலும் அத்தகுதியானது சுதந்திரமாக விரிந்து வளர்ந்து செயல்படுவதை அவர் போதிக்கும் ஒழுக்கம்-குறிப்பாகச் 'சேவகம் செய்தல்' தொடர்பான கருத்துகளை உள்ளீடாகக் கொண்டுள்ள ஒழுக்கம்-அனுமதிப்பதில்லை. எனவே தவிர்க்க முடியாதபடிக்குத் தகுதியும் ஆற்றலும் வருண எல்லைகளுக்குள் முடக்கப்பட்டுச் சமத்துவத்தைச் சாதிப்பதற்குப் பதில் ஏற்றத்தாழ்வுகளுக்குத் தான் வழிவகுக்கின்றன.

தாழ்த்தப்பட்ட மக்களை காந்தி அணுகிய விதத்தையும் வருணம், சாதி பற்றிய அவரது முரண்பட்ட புரிதல்களின் பின்னணியில் வைத்துப்பார்க்க வேண்டும். செய்யும் தொழிலில் ஏற்றத்தாழ்வுகள் இல்லையென்று அவர் கருதியதால் தாழ்த்தப்பட்ட மக்கள் செய்து வந்த சுகாதார, கழிவகற்றும் பணிகளையும், தோல் பதனிடுதல் போன்ற பணிகளையும் அவர் ஈனமானவையாகக் கருதவில்லை. அவற்றைச் செய்வதில் தீட்டுமில்லை, பாவமுமில்லை என்றார், அவற்றைச் சீராகவும் எளிதாகவும் செய்து முடிக்க உதவக்கூடிய தொழில்நுட்ப

முறைகளைக் குறித்த ஆராய்ச்சிகளையும் பரிசோதனை முயற்சிகளையும் தனது வாழ்நாள் முழுதும் ஆதரித்தார். அவரது ஆசிரமத்தைச் சேர்ந்தவர்களை இப்பணிகளில் ஈடுபடுத்தவும் செய்தார். ஆனால் தாழ்த்தப்பட்ட மக்கள் இத்தொழில்களை விட்டுவிட்டு வேறு தொழில்களை மேற்கொள்ள வேண்டியதில்லை என்றார் – வழக்கமான ஒழுக்கம், கட்டுப்பாடு தொடர்பான வாதங்களை முன்வைத்து நியாயம் பேசினார். தாழ்த்தப்பட்டவர்கள் செய்யும் பணிகள் எவ்வளவு அவசியமானவை என்பதைக் காலப்போக்கில் சாதி இந்துக்கள் அங்கீகரிப்பர், அவர்களை ஒதுக்கி வைப்பதன் அநியாயத்தை உணர்வர் என்றும் கூறினார். {தொ:22:132-34. நாகபுரியில் பொதுக்கூட்டத்தில் பேசியது; 25.12.1920, தொடர்ந்து பல இடங்களில் இவ்வாறு பேசுகிறார். துப்புரவுத் தொழிலாளர்களுக்கென ஒரு சமுதாயப் பிரிவை ஒதுக்குவதன் தர்க்கத்தை எதிர்த்தும் வாதிடுகிறார் (தொ:50:59)}

தாழ்த்தப்பட்ட மக்களைச் செயலூக்கமிக்க வரலாற்று நாயகர்களாக அவரால் காணமுடியவில்லை என்பது தெளிவாகிறது. 1920களில் அம்பேத்கரின் தலைமையிலும் தமிழகத்தில் சுயமரியாதை இயக்கத்தின் ஆதரவுடனும் சுயாதீனமாகவும் தலித்துகள் பல உரிமைப் போராட்டங்களை மேற்கொண்டனர். காந்தி இப்போராட்டங்கள் குறித்து எழுதினார், அவற்றின் போக்கினை உன்னிப்பாகக் கவனித்து வந்தார். அம்பேத்கரின் தலைமையில் நடந்த மகத் சத்தியாகிரகத்தை வியந்து பாராட்டினார். (தொ:38:318; யங் இந்தியா: 28.4.1927) ஆனால் அவரால் தாழ்த்தப்பட்ட மக்களுக்குரிய வரலாற்று தகுதியை அவர்களுக்கு வழங்க முடியவில்லை. சாதி இந்துக்களின் இருப்பைச் சோதிக்கும், அவர்களது அறவுணர்வை மதிப்பீடு செய்யும் உரைகல்லாக அம்மக்களை அவர் பாவித்தார் என்று கூடச் சொல்லலாம். அவர்களுடைய வாழ்நிலைமை களையோ, அவற்றைத் தீர்மானிக்கும் பொருளாதார அடிப்படை களையோ மாற்றுவதற்கான விளக்கமும், தீர்வும் காந்தியிடம் இல்லை. தாழ்த்தப்பட்ட மக்களின் ஆசைகள், தேவைகள் ஆகியவற்றை அடையாளங்கண்டு அவற்றை நிறைவேற்றக்கூடிய வழிமுறைகளை வகுத்தளிக்க அவர் பேணிய ஒழுக்கம் அனுமதிக்கவில்லை.

1930களில் காந்தியின் தீண்டாமையொழிப்புப் பிரச்சாரமும் செயல்பாடும் மிகப்பெரிய சவால்களைச் சந்திக்க வேண்டியிருந்தது.

அம்பேத்கரது வாதங்களும் விளக்கங்களும் காந்தியின் அறவியல் நோக்கை மறுத்ததுடன் அதன் அடிப்படைகளையே பிரச்சனைக்குரியவையாக அடையாளப்படுத்தின.

காந்தி பற்றிய அம்பேத்கரது விமர்சனங்கள் 1930களில் உருவானவை என்றாலும் 1940களில்தான் அவை நூல்வடிவம் கண்டன. ஆனால் இந்தக் காலகட்டத்தில், அதாவது 1930களிலேயே அவர் இத்தகைய சிந்தனைகளைக் கொண்டிருந்ததற்கான சான்றுகள் "சாதியை அழிப்பது எப்படி?" என்ற நூலில் உள்ளன. காந்தியைப் பொறுத்தவரை, இரண்டாம் வட்டமேசை மாநாட்டுக்கு முன் அம்பேத்கர் பற்றி அவருக்கு அதிகம் தெரிந்திருக்கவில்லை. மாநாட்டில் தாழ்த்தப்பட்டவர்களின் உரிமைகளை உத்திரவாதம் செய்யத் தனி வாக்காளர் தொகுதிகள் வழங்கப்படவேண்டுமென்று அம்பேத்கர் வாதிட்டபோதுதான் அவரது ஆளுமையின் தாக்கத்தையும், வாதங்களின் திறமையையும் காந்தி உணர்ந்தார். தாழ்த்தப்பட்ட மக்களுக்காக, அவர்களது நலம் அறிந்தவராகப் பேசிப் பழகிய காந்திக்கு அம்மக்களில் ஒருவர், தனக்கு நேரிணையாகப் பேச வந்திருப்பதையும், தனது கருத்துகளை முற்றிலும் மறுத்துப் பேச துணிந்திருப்பதையும் பார்த்து விட்டு, கேட்டுவிட்டு, உணர்ச்சி வசப்படாமல் இருந்திருக்க முடியாது – இதனால்தான் தனது வழக்கமான அடக்கத்தையும் நிதானத்தையும் இழந்தவராய், தாழ்த்தப்பட்ட மக்களின் ஏகபோகப் பிரதிநிதியாகக் காந்தி தன்னை மாநாட்டில் அறிவித்துக் கொள்ள வேண்டியிருந்தது. எந்த "மெய்மை"க்காக அவர் பல ஆண்டுகள் பிரச்சாரம் செய்தாரோ, எந்த மெய்மையை நிறுவுவதற்காகப் புதிய அறவியல் ஒன்றை வகுத்தாரோ அந்த மெய்மையானது வேறொரு மெய்மையால் சவாலுக்கு உள்ளாக்கப்படும் நிலைமையைக் காந்தியால் ஏற்றுக்கொள்ள இயலவில்லை. இந்தச் சூழ்நிலை யில்தான் தனது ஆதர்சமான மெய்மையை ஒருகணம் மறந்துவிடுகிறார் – அந்த மெய்மையின் உட்பொருளைத் தன்னால் மட்டுமே உணரமுடியும், விளக்க முடியும்

என்கிறார். இவ்வாறு சொல்வதன் மூலம் தன்னைத்தானே குறைத்துக்கொள்ளும் அபாயத்திற்கும் ஆளாகிறார்.

இரண்டாம் வட்ட மேசை மாநாட்டில் காந்தி மேற்கொண்ட நிலைப்பாடு, அதற்குப் பிறகு அவர் மேற்கொண்ட உண்ணாவிரதம் ஆகியன அவரது சொரூபத்துக்கிருந்த பெருமையைத் தணித்தது. அவரைச் சுற்றிக் கட்டப்பட்டிருந்த ஒளிவட்டத்தை வாட்டமடையச் செய்தது என்பதில் ஐயமில்லை. அன்று பலர் அவரது உண்ணா நோன்பை மிகப்பெரும் தியாகமாக அடையாளப்படுத்திய போதிலும் அந்தத் தியாகமானது வென்றெடுக்கப்பட்ட விதம் காந்தியின் ஆன்மீக உணர்வுக்குப் பெருமை சேர்க்கவில்லை என்பதுதான் வரலாறு நமக்கு உணர்த்தியுள்ள உண்மை.

அதே சமயம் 1933க்குப் பிறகு தனது பிரச்சாரக் கூட்டங்களிலும் உரைகளிலும் காந்தி, அம்பேத்கரை மேற்கோள் காட்டிப் பேசவும் எழுதவும் செய்வதையும் பார்க்க முடிகிறது. பூனா ஒப்பந்தம் கையெழுத்தான சூழலில் அம்பேத்கர் தன்னிடம் கூறிய சில கருத்துகளைத்தான் மிக முக்கியமானதாகக் கருதுவதாகக் காந்தி தெரிவிக்கிறார். சாதி இந்துக்களின் அதிகாரத்தாலும் ஆணவத்தாலும் அவதியுறுவோர்களது தேவைகளை அவர்களிடம் கேட்டறிந்து செயல்படுவதுதான் முறையாகும் என்றும், அத்தேவைகள் எவ்வாறு நிறைவேற்றப்பட வேண்டுமென்பதை அம்மக்களே நிர்ணயிக்க வேண்டுமென்பதும் அம்பேத்கரது விருப்பங்கள் என்கிறார். மேலும் சேர்ந்துண்ணல் (சமபந்தி போஜனம்) போன்றவற்றை ஏற்பாடு செய்வதில் தவறில்லை என்றாலும் அவற்றை ஒரு கட்டத்துக்கு மேல் தொடர்ந்து செய்வது பொருத்தமாக இருக்காதென்றும், தாழ்த்தப்பட்ட மக்களின் புரவலர்களாகச் சாதி இந்துக்கள் தங்களைப் பாவித்துக் கொள்வதாலேயே இத்தகைய நிகழ்வுகளுக்குத் தேவையற்ற முக்கியத்துவம் வழங்கப்படுகிறது என்றும் அம்பேத்கர் கூறியதாகக் காந்தி விளக்குகிறார். அம்பேத்கர் தன்னிடம் கூறியவற்றை மேலும் விளக்குகிறார். எல்லாச் சமூகப் பொது நிகழ்வுகளுக்கும் தாழ்த்தப்பட்ட மக்களை அழைத்துச் சரிசமமாக, மரியாதையாக, பிறரைப் போல நடத்துவதே சரியான செயல்பாடாக இருக்கும். கோயில்

நுழைவிற்காகப் போராடுவது முக்கியமென்றாலும் அதுவும் கூடக் காத்திருக்கலாம். அன்றாட வாழ்வில் தாழ்த்தப்பட்ட மக்களை மாண்புடன் நடத்துவதும் அவர்களது பொருளாதார மேம்பாட்டுக்கு வழி வகுப்பதும் உடனடியாகச் செய்யப்பட வேண்டியதாகும்.

அம்பேத்கரின் கருத்துகளை விளக்கி அவர் வெளியிட்ட அதே அறிக்கையில் காந்தி தன்னுடைய வாதங்களையும் இணைக்கிறார். ஒவ்வொரு சாதி இந்துக் குடும்பமும் தாழ்த்தப்பட்ட வகுப்பைச் சேர்ந்த ஆணையோ பெண்ணையோ தமது குடும்பத்திற்குள் அழைத்துக்கொள்ள வேண்டும். வசதிபடைத்தவர்கள் தாழ்த்தப்பட்ட வகுப்பைச் சேர்ந்த ஓர் ஆணையோ பெண்ணையோ மேல் படிப்பு படிக்கவைக்க முன்வர வேண்டும். (தொ:57:332-33; தீண்டாமை பற்றிய அறிக்கை XII, 8.12.1932)

இந்தக் காலகட்டத்தில்தான் ஜி.டி.பிர்லாவின் உதவியுடன் அரிசன சேவை சங்கத்தைக் காந்தி நிறுவுகிறார். அச்சங்கத்திற்கு நிதி திரட்ட நாடு முழுவதும் பயணஞ் செய்கிறார். அவருடைய பயணக் கூட்டங்களிலும், பிரச்சாரப் பேச்சுகளிலும் சாதி இந்துக்களை மனந்திருந்த அழைக்கிறார். பாவத்துக்குப் பரிகாரம் தேடுங்கள், மனத்தைத் தூய்மையாக்குங்கள் என்று கூறி வந்தவர், காரியத்தில் இறங்குங்கள், மனமாற்றமடைந்துள்ளதை வேலையில் காட்டுங்கள் என்கிறார். சுயவுணர்வுடன் பிரச்சாரம் செய்யுங்கள், யாரென்ன சொன்னாலும், எதிர்ப்புகள் வந்தாலும், உயிரை இழக்க நேர்ந்தாலும் பொறுமையாகவும் கோபப்படாமலும் தீண்டாமை ஒழிய வேண்டியதற்கான நியாயங்களைப் பொதுவில் வைத்து வெல்லும்படி அவர்களை அழைக்கிறார். சீர்த்திருத்தவாதிகளிடத்து தார்மீக ஆணவம் இருக்கக்கூடாது என்கிறார். தாழ்த்தப்பட்ட மக்களை அணுகுவோர் திறந்த மனத்துடன் சேவை மனப்பான்மையுடன் செயல்பட வேண்டுமென்கிறார். (தொ:58:156-58; தீண்டாமை பற்றிய அறிக்கை X, 9.12.1932)

அவர் தொடர்ந்து சாதி இந்துக்களை இடித்துரைத்த போதிலும் அவர் விரும்பிய மனமாற்றத்தை அவரால் சாதிக்க

இயலவில்லை. தனிநபர்கள் பலர் அவரது பேச்சுக்களுக்கு இணங்கி "அரிசன சேவை"யில் ஈடுபடத் தொடங்கினர். அரிசன சேவை சங்கமும் தன்பங்கிற்குச் சில சேமநல நடவடிக்கைகளை மேற்கொண்டது.

ஆனால் காந்தி சார்ந்திருந்த காங்கிரஸ் கட்சியோ, அரசியல் களத்திலும் பொருளாதார விஷயங்களிலும் புரட்சிகரமான நிலைப்பாட்டை மேற்கொண்ட சோசலிஸ்டுகளோ தீண்டாமையொழிப்பை முக்கியமானதாகவோ வரலாற்றுத் தேவையாகவோ அடையாளப்படுத்தவில்லை. காந்தியும் போதுமான அளவுக்கு அவர்களை, குறிப்பாக காங்கிரஸ் கட்சியை இடித்துரைக்கவில்லை. அக்கட்சியானது கோயில் நுழைவு மசோதா ஒன்றுக்கு ஆதரவு காட்டுவதாகப் பாவனை புரிந்து, முடிவில் அந்த ஆதரவைத் திரும்பப் பெற்றுக் கொண்டது. (கோயில் நுழைவு குறித்து காங்கிரஸ் பேணிய நிலைப்பாட்டைக் குறித்து விரிவாக அறியக் காண்க: What Congress and Gandhi did to the untouchables, ப.108-125) தனது பிரச்சாரப் பயணத்தின்போது கோயில் நுழைவின் தேவையைக் காந்தி தொடர்ந்து வலியுறுத்தி வந்தபோதிலும் காங்கிரஸ் கட்சியின் இந்த மாய்மாலச் செயல்பாட்டைக் கண்டிக்கவில்லை. மேலும் அரிசன சேவை சங்கம் குறித்தும் அதன் ஊழியர்களது நடத்தை குறித்தும், தாழ்த்தப்பட்டவர்களது அமைப்புகள் அவரிடம் குறைகூறிய போது அவ்விமர்சனங்களுக்கு அவர் செவிமடுத்த போதிலும், அவற்றுக்கான அடிப்படைகளையோ காரணங்களையோ, தாழ்த்தப்பட்ட மக்களின் பிரதிநிதிகளுக்கிருந்த நியாயமான சந்தேகங்களை ஆராயவோ விவாதிக்கவோ தலைப்படவில்லை. (தொ:62:265-67;69: 101-02 முன்னது, ஹரிஜன், 22.12.1933; பின்னது ஹரிஜன், 27.06.1936)

1935இல் காந்தியின் தீண்டாமையொழிப்புப் பிரச்சாரத்துக்கு மற்றொரு சோதனை ஏற்பட்டது. தான் மதம் மாறப்போவதாக டாக்டர் அம்பேத்கர் அறிவித்தார். மேலும் தன்னுடன் சேர்ந்து ஏராளமான தாழ்த்தப்பட்ட மக்களும் மதம் மாறக்கூடும் என்றும் தெரிவித்தார். அவர் இன்ன மதத்திற்குதான் மாறுவார் என்று திட்டவட்டமாகச் சொல்ல முடியாத சூழ்நிலையில், அவரது முடிவு பரவலான சர்ச்சையையும் விவாதங்களையும் உருவாக்கியது.

அம்பேத்கரின் அறிவிப்பை காந்தி இரண்டுவிதமாக எதிர்கொண்டார். அவரை விமர்சித்த அல்லது அவரை இந்துவாகவே இருக்கச் சொல்லி வற்புறுத்திய இந்துக்களைக் கடிந்துகொண்டார். அம்பேத்கர் மதம் மாறினால் அதில் ஆச்சரியமேதும் இருக்க முடியாதென்றும், அவர் இந்துக்களை என்ன சொல்லி விமர்சித்தாலும் அவ்விமர்சனங்களின் நியாயத்தை இந்துக்கள் பணிவுடன் ஏற்றுக்கொள்ளத்தான் வேண்டுமென்றும் அவரைத் தொடர்ந்து இந்துவாக இருக்கச் சொல்லி யாரும் உபதேசிக்க வேண்டியதில்லை என்றும் கூறினார். (தொ:68:267; காந்தி சேவாசங்கக் கூட்டத்தில் பேசியது IV, 4.3.1936). வல்லபாய் பட்டேலுக்கு எழுதிய கடிதமொன்றில், அம்பேத்கர் மதம் மாறக்கூடாதென்று கூறுவதற்குப் பதில் தீண்டாமையொழிப்புப் பணியை மேலும் தீவிரமாகச் செயல்படுத்துவதே சரியாகும் என்றார். (தொ:68:147; கடிதம் எழுதிய தேதி: 14.11.1935)

ஆனால், அம்பேத்கரின் மதமாற்றம் தொடர்பான விஷயத்தில் கிறிஸ்தவ சபைகளும், பிற சமய அமைப்புகளும் காட்டிய அக்கறையும் அவருக்கு எரிச்சலையூட்டின. குறிப்பாகத் தாழ்த்தப்பட்ட மக்கள் மதம் மாறுவதற்கு இச்சமய நிறுவனங்கள் உடந்தையாய் இருந்துவிடுமோ என்ற ஐயப்பாடும் அவருக்கு இருந்தது. அம்பேத்கர் விரும்பும் மதமாற்றத்தைத் தாழ்த்தப்பட்ட மக்களும் விரும்புவார்களேயானால் அத்தகைய முடிவானது சீர்த்திருத்தவாத முயற்சிகளைப் பாதிக்கும் என்றும், அம்மக்களிடையே புதிய பிரிவினைகள் உருவாகக் காரணமாகயிருக்கும் என்றும் வாதிட்டார். அம்பேத்கரும் அவரைச் சார்ந்தவர்களும் தாமாக முடிவெடுத்து மதம் மாறிக்கொள்வதென்பது ஏற்கத்தக்கதுதான் என்றாலும், தாழ்த்தப்பட்டவர்களது சமுதாயம் முழுவதும் மதம் மாற வேண்டும், இன்ன மதத்தில்தான் இணைய வேண்டும் (அல்லது தொடர்ந்து இந்துக்களாக இருக்க வேண்டும்) என்று பிறர் முழங்குவது பொருத்தமற்றச் செயலென்றும் கூறினார். தாழ்த்தப்பட்டவர்களைப் பகடைக்காய்களாகப் பயன்படுத்தி ஏனைய சமயத் தலைவர்கள் போட்டி பொறாமையுடன் செயல்படுவதைக் கைவிட்டுவிடுவதுதான் அவர்கள் ஒவ்வொருவரும் கடைப்பிடிப்பதாகக் கூறிக்கொள்ளும்

சமய நெறிகளுக்கு அழகாகுமென்றும் கருத்துரைத்தார். (தொ 69:314-16; ஹரிஜன், 22.8.1936)

1930களின் இறுதியாண்டுகளிலும் அதற்குப் பிறகும் சாதி, வருணம், தீண்டாமை தொடர்பான காந்தியின் கருத்துகளில் ஏற்பட்ட மாற்றங்களையும் இங்கு குறிப்பிட்டாக வேண்டும். தீண்டாமையொழிந்தால் சாதிப்பாகுபாடுகளும் அழிந்துவிடும் – வருண அடையாளங்களை அவற்றின் இலட்சிய நிலையில் செயல்படுத்தும் வாய்ப்பு ஏற்படுமென்று நம்பிக்கையுடன் வாதிட்டு வந்தவர், தற்காலத்தில் வருண அடையாளங்களுக்குமே இடமில்லையென்று கூறத் தொடங்குகிறார். சுயநலத்தின் பொருட்டும் பணம் சம்பாதிக்கவுமே பிராமணர், சத்திரியர் போன்ற அடையாளங்கள் பயன்படுகின்றன என்றும், இவற்றின் – உயர் வருணங்களின்– உன்னத நிலையை மக்கள் எட்டாத சூழலில், எட்ட இயலாதபடிக்குச் செயல்படும் சூழலில், அனைவருக்கும் பொதுவான அடையாளமாகச் சூத்திர அடையாளத்தையே தரித்துக்கொள்ளும்படியான நிலை ஏற்பட்டுள்ளது என்கிறார். அதாவது தற்கால இந்துக்களுக்கு விட்டுவைக்கப்பட்டுள்ள ஒரே அறம், பிறருக்குச் சேவை செய்வதான சூத்திர வருணத்திற்கான அறம்தான் என்கிறார். சேவை மனப்பான்மையிலிருந்து பிறக்கும் அறிவையும் ஆற்றலையும் உடையவர்கள் மட்டுமே பிராமணர்கள் என்றும் இத்தகைய அறிவையும் அதன் செயல்பாடுகளையும் பாதுகாக்க வல்லவர்தான் சத்திரியரென்றும், சமூக நலனுக்குப் பொருள் ஈட்டுபவர்தான் வைசியரென்றும், முடிவாக, இவர்கள் அனைவரும் அண்டி வாழ்ந்து போற்றும் பிரிவினராக உள்ள சமூகச் சேவகர்கள்தான் சூத்திரர்களென்றும் தீண்டாமையொழியுமானால், தாழ்த்தப்பட்டவர்கள் தங்களது தகுதி, விருப்பு வெறுப்புகளுக்கேற்ப மேற்கூறிய அடையாளம் ஒன்றைத் தேர்ந்தெடுப்பரென்றும் புதிய வருணக் கொள்கையை வரையறுக்கிறார். (தொ:59:275-76; அசோசியேடட் ப்ரஸ்ஸுக்கு அளித்த பேட்டி, 14.2.1933; தொ:68:12-13; நரகரி பரேக்குக்கு எழுதிய கடிதம், 26.9.35; 75:346-47; காந்தி சேவா சங்கக் கூட்டத்தில் பேசியது 11, 6.5.1939)

தனது கடைசி ஆண்டுகளில் – 1946–48ஆம் ஆண்டுகளில் – தாழ்த்தப்பட்ட வகுப்பைச் சேர்ந்த ஒருவரைப் பூசாரியாகக் கொண்டு நடத்தப்படும் திருமணங்களிலும், அவ்வகுப்பைச்

சேர்ந்த பெண்ணோ, ஆணோ, மணமகளாகவோ, மணமகனாகவோ உள்ள திருமணங்களிலும் மட்டுமே தான் கலந்துகொள்ள விரும்புவதாகவும் கூறுகிறார். இந்த அடிப்படைகளில் நடக்காத மணநிகழ்ச்சிகளுக்கும் தன்னை யாரும் அழைக்க வேண்டியதில்லை என்கிறார். (தொ:88:418; வல்லவபுரம் வைத்தியாவுக்கு எழுதிய கடிதம், 4.12.1945; தொ?8:334-35; டி.பி.கலேல்கருக்கு எழுதிய கடிதம், 8.9.1945)

சாதி இந்துக்களின் மன இறுக்கத்தைத் தளர்த்துவதிலும் அவர்களை மாற்றுவதிலும் தான் வெற்றியடையவில்லை என்பதையும், தான் வருண தருமத்தைக் கட்டிக் காப்பாற்ற முன்வந்தாலும் தனது கருத்துகளைச் சாதி இந்துக்கள் ஏற்றுக்கொள்ளப்போவதில்லை என்பதையும் உணர்ந்து கொண்டதனால்தான் அவர் இத்தகைய நிலைப்பாடுகளை மேற்கொண்டார் என்று சொல்லத் தோன்றுகிறது.

எது எப்படியிருந்தாலும் தீண்டாமையொழிப்புப் பணியில் அவர் தனக்குத் தானே விதித்த வரம்புகளும், அதற்கென தேர்ந்தெடுத்துக் கொண்ட பிரச்சாரக் களமும், ஆன்மீக ரீதியான சொல்லாடல்களும், அம்பேத்கரின் வாதங்களை அவர் ஆழமான விவாதத்திற்கு உட்படுத்தாமல் அவரைத் தொடர்ந்து விமர்சித்து வந்ததும், அரசியலுக்கும் அறவியலுக்கும் இடையில் அவர் உண்டாக்க நினைத்த இணைப்புகள் நடைமுறையில் (சில சமயங்களில்) அரசியல்பாற்பட்டதாக அமைந்ததாலும் காந்தியின் 'அரிசன சேவை'யை வரலாறு கடும் கண்டனத்துக்கு உள்ளாக்கியுள்ளது. இந்தக் காரணத்தினால் அவரது கருத்துகளில் எவற்றையேனும் நமக்குரியதாக, நமது காலத்துக்குரியவையாக ஆக்கிக்கொள்ள முடியுமா என்ற கசப்பான கேள்வியை நாம் எழுப்ப வேண்டியுள்ளது. மேலும் சாதி இந்துக்களின்பால் அவருக்கிருந்த நன்னம்பிக்கையானது பொய்யாக்கப்பட்ட பின்னணியிலும், பூனா ஒப்பந்தத்தின் அடிப்படையில் உருவாக்கப்பட்ட அரசியல் வெளிகளும், வாய்ப்புகளும் தலித் மக்களுக்குச் சாதகமாக அமையாதுபோன சூழலிலும் இக்கேள்வியை நாம் ஆராய வேண்டியுள்ளது. இங்கு இரண்டு கருத்துகளை மட்டுமே விவாதத்திற்கு எடுத்துக்கொள்ளலாம் என்று தோன்றுகிறது.

சாதி இந்துக்கள் தாம் புரிந்துவரும் பாவத்திற்காக மனம் வெதும்பி, அப்பாவத்தின் தன்மையுணர்ந்து அதற்காகப் பரிகாரம் தேட வேண்டும் கரிசத்துடனும் தார்மீகக் கோபத்துடனும் காந்தி மன்றாடியதன் உள்ளீட்டைக் கவனித்தல் அவசியம். அவருக்குப் பிறகு சாதி இந்துக்களின் மனநிலை, பிரக்ஞை பற்றி யாரும், ஏன் சாதி இந்துக்களும் கூட, இத்தனைக் கவலைப்படவில்லை என்பதுதான் உண்மை.

இன்று சாதி இந்துக்களில் பலர் தீண்டாமை ஒழிப்பு என்பதற்கும் தங்களுக்கும் தொடர்பில்லை என்ற ரீதியிலும், சட்டமும் அரசும், அரசியல் செயல்பாடுகளும்தான் அதைத் தீர்க்க வேண்டும் என்றுமே சிந்திக்கின்றனர். தலித்துகளின் உரிமைகளைப் பொதுவான மானுட உரிமைகளின் ஒரு வெளிப்பாடாகப் பார்ப்பதற்குப் பதில் 'வகுப்பு நலனா'கவும் தலித் அரசியல் இயக்கங்களைச் 'சாதி' ய இயக்கங்களாகவுமே, சாதி இந்துக்களின் மேலாண்மையில் உழலும் குடிமைச் சமுதாயம் அடையாளப்படுத்தி வருகிறது. இந்த மனநிலையை, மிக சௌகரியமாய்ப் போய்விட்ட மெத்தனத்தைச் சலனப்படுத்தவும், சாதி இந்துக்களுக்குத் தருமசங்சடத்தை ஏற்படுத்தவும் காந்தி கையாண்ட பாவம், பரிகாரம் தொடர்பான சொல்லாடல்களை நமது காலத்திற்கும் சூழலுக்கும் பொருந்தும் வகையில் மறுவிளக்கம் செய்துகொள்வது அவசியம் என்று தோன்றுகிறது. சாதி இந்துக்களின் இருத்தல் நிலையிலுள்ள இருளை இனங்காணவும், சாதியடையாளத்துடன் ஒன்றாகிவிட்ட போதிலும் மானுடத் தன்மையுடையதாக அலங்கரிக்கப்பட்டு வெளிப்படும் அவர்களது இயல்பை, கேள்விக்குட்படுத்தவும், இவை எல்லாவற்றுக்கும் மேல் அவர்களது மனத்திற்கு ஒவ்வாத, அவர்கள் ஏற்றுக்கொள்ள மறுக்கும், அனைவருக்கும் பொதுவான மானுட மாண்பினை, அதன் உன்னதத்தை, மீண்டும் ஒரு முக்கியமான விவாதப் பொருளாக ஆக்க இச்சொல்லாடல்கள் உதவக்கூடும்.

இரண்டாவதாக, சாதி வேறு, தீண்டாமை வேறு என்ற கருத்தையும் மீள் ஆய்வுக்கு உட்படுத்தினால் சில புதிய புரிதல்கள் கைக்கூடுமென்றும் தோன்றுகிறது.

சாதிப்படிநிலை அமைப்பில் மேல்–கீழ் நிலையென்பது ஒரு வகுப்பாருக்குச் சமுதாயம் விதித்துள்ள படிநிலையைப் பொருத்ததுதான் என்றாலும், விலக்கப்பட்டவர்களுள் விலக்கப்பட்டவராக உள்ள தலித் மக்களைத்தான், தீண்டாமையின் உக்கிரத்தன்மை சுட்டுப் பொசுக்குவதாக உள்ளது. இம்மக்களின் இருப்பை மறுப்பதுடன், அழுக்கு, தீட்டு, கழிவு முதலியவற்றினூடாக மட்டுமே இவர்களை மனிதர்களாக அங்கீகரிக்கும் மிக மோசமான சமூகப் போக்கிற்கும் செயல்பாடுகளுக்கும் தீண்டாமை ஆதாரமாக உள்ளது. கழிவகற்றுதல், மயானப் பணிகளை மேற்கொள்ளுதல் முதலியவற்றைச் செய்வதாலும், இப்பணிகளைச் செய்வதால் இருப்பற்றவர்களாக ஆக்கப்படுவதாலும், எதிர்மறையான சமூகத் தன்னிலையைத்தான் சாதி சமுதாயம் தலித் மக்களுக்கு விட்டு வைத்துள்ளது. இந்தப் பின்னணியில் கழிவகற்றும் பணிகளைப் புரிவதில் தீட்டுமில்லை, பாவமுமில்லை. இவை மிக அத்தியாவசியமான செயல்பாடுகள் என்று கூறி தொடர்ந்து இவை குறித்துப் பரிசோதனைகள் மேற்கொண்டும் அவ்வாறு மேற்கொண்டவர்களை ஆதரித்தும் காந்தி செயல்பட்டதன் நுணுக்கங்களை ஆராய வேண்டியுள்ளது. சுத்தமற்றதாகக் கருதப்படுபவற்றையும் அவற்றுடன் தொடர்புடையவர்களையும் குறித்துச் சாதி இந்துக்கள் கொண்டிருந்த புரிதலில் மாற்றங்கள் ஏற்பட்டாலின்றி தீண்டாமையைத் தொலைக்க முடியாது என்பதைக் காந்தி அறிந்திருந்தார். ‘வேண்டாம்’ என்று வெளியேற்றுபவற்றைப் பொறுப்புடன் சுத்தப்படுத்திச் சமூக நலன் பேணும் செயலை அனைவருக்கும் பொதுவாக்குவதில் அவர் மேற்கொண்ட முயற்சிகள் சாதி சமூக உளவியலில் சில உடைப்புகளை ஏற்படுத்தவல்லவையாக உள்ளன.

கழிவுக்கும் அழுக்கிற்கும் பொறுப்பேற்க விழையாத, அவ்வாறு பொறுப்பேற்பது தனது “தூய்மை”யைப் பாதிக்குமென்று கவலைப்படும் மனநிலைதான், தனது ‘தூய்மை’ யின் பொருட்டு, அதனைப் பாதுகாப்பதற்காக எல்லாவிதக் குற்றங்களையும் செய்யத் தயாராகிறது. ஆணவமும் அதிகாரவெறியும் மேலிட, தலித்துகளை மண்ணோடு மண்ணாக ஆக்கப் பார்ப்பதும், மலம் உண்ண

வைப்பதும், தலித் பெண்களைப் பாலியல் சித்திரவதைக்கும் வன்முறைக்கும் உள்ளாக்கு வதும், ஏதோ ஏதேச்சையாகவும் அங்குமிங்கும் நடைபெறும் நிகழ்வுகள் அல்ல. சாதி இந்துக்களின் "இயல்பா"ன மனநிலையின் வெளிபாடுகள் தாம் இவை. சாதி இந்துவின் மனத்தில் கழன்று கொண்டிருக்கும் அருவருப்பையும் வெறுப்பையும் தொலைக்க வேண்டுமானால் காந்தியின் தர்க்கத்தைப் பின்பற்றிக் கழிவு, சுத்தம், தீட்டு, தீண்டாமை ஆகியவற்றுக்கிடையே உள்ள தொடர்புகளை, சமுதாயச் செயல்பாடுகளிலும் சாதி உளவியலிலும் கட்டமைந்துள்ள தொடர்புகளை ஆராய்வதென்பது அவசியமாகிறது.

அகிம்சை :
அறவியலும் அரசியலும்

*கா*ந்தியின் வன்முறை மறுப்புக் கொள்கைதான் அவரை உலகத் தலைவர்களில் ஒருவராகப் பலரும் கருதும்படி செய்துள்ளது. அக்கொள்கையின் தன்மை, அதை அவர் பேணிய விதம், அக்கொள்கையின் அடிப்படையில் விரிந்த அரசியல் விளக்கங்கள், செயல்பாடுகள் முதலியவற்றை ஆராய்வதுதான் இந்தப் பகுதியின் நோக்கமாகும்.

காந்தி பிறந்து வளர்ந்த குஜராத்தில் பல நூற்றாண்டுகளாக நிலவி வந்த சமணம் போற்றிய அகிம்சை கொள்கைதான் அவரது வன்முறை மறுப்புக் கருத்தியலுக்கு முக்கிய ஆதாரமாக இருந்தது. இருந்தாலும் அக்கொள்கையை அவர் தனக்கேவுரிய வகையில் வரையறுத்துக்கொண்டார். எறும்புகளையும் சிறு பூச்சி புழுக்களையும் கொல்லக்கூடாது என்பதில் உறுதியாக நிற்கும் சமண சமய தலைவர்களும் சமய ஆர்வலர்களும் அகிம்சை கொள்கையைத் தங்களுடைய இந்தக் குறுகலான நிலைப்பாட்டுடன் மட்டுமே அடையாளப்படுத்தி வருகின்றனர் என்றும், அக்கொள்கைக்கு அடிப்படையாக விளங்கும் அன்பு, கருணை முதலிய பண்புகளைத் தொடர்ந்து மனத்தில் நிறுத்திச் செயல்பட வேண்டியதன் தேவையை அவர்கள் அங்கீகரிக்கப்பதில்லை என்றும் கூறி சமணக் கொள்கையை விமர்சித்தார். (தொ:25:96; அகமதாபாத் கூட்டத்தில் பேசியது, 16.11.1921) குறிப்பாகச் சமண சமயத்தைப் பின்பற்றுபவர்களாகக் கூறிக்கொள்ளும் பனியா வகுப்பினரை மனத்தில்கொண்டே இவ்வாறு அவர் கருத்துரைத்தார்.

தொழிலில் நேர்மையும் கட்டுப்பாடும் பேணாது, ஊருக்குக் காட்டும் கணக்கு வழக்குகளில் பொய்த் தகவல்களை வழங்கி, சாதாரண மக்களை ஏமாற்றும் வகையில் செயல்படும் பனியாக்களின் நடத்தையானது சமண சமயத்துக்குப் பெருமை சேர்க்கவல்லதல்ல என்றார்; மாறாக மிக மேம்போக்கான வகையில் அகிம்சைக் கொள்கையைப் புரிந்துகொள்ளப்படுதலுக்குக் காரணமாக இந்த நடத்தை அமைந்துள்ளது என்றும் கூறினார். (தொ:39:78; நவஜீவன், 16.11.1927)

சமணசமயம் போற்றும் அகிம்சையை கிறிஸ்துவம் காட்டும் காருண்யத்துடன் காந்தி இணைத்துக்கொண்டார். பகைவனுக்கும் அருள் காட்டுமாறு இறைவனை வேண்டும் மனப்பான்மையையும், குற்றம் புரிந்தவர்களைப் பழிவாங்க நினைக்கும் அல்லது கொல்ல நினைக்கும் மனநிலையை மறுத்து, அவர்களிடமும் அன்பு செலுத்த வேண்டுமென்ற நெறியையும் கிறிஸ்துவ சமயக் கோட்பாடுகளிலிருந்துதான் காந்தி எடுத்துக் கொண்டார். இவற்றின் அடிப்படையில்தான் அவர் தென்னாப் பிரிக்காவில் முதன்முதலில் சட்டமறுப்புக் கொள்கையை ஓர் அரசியல் உத்தியாக வரையறுத்துச் செயல்பட்டார். ஏதேச்சதிகாரத்தையும் பாரபட்சமான சட்டங்களையும் வன்முறையான செயல்பாட்டின் மூலம் வெற்றிக்கொள்ள முடியாது என்பதையும், அழிக்கப்பட வேண்டியது அந்த அதிகாரத்துக்கும் சட்டங்களுக்கும் ஆதாரமாகவுள்ள, வெள்ளையர் பாராட்டி வந்த இன வெறிதானேயன்றி, வெள்ளையர்கள் அல்ல என்பதையும் அனுபவபூர்வமாகவும் உணர்வுபூர்வமாகவும் தென்னாப்பிரிக்காவில் மேற்கொண்ட அரசியல் நடவடிக்கைகளினூடாகவும் தெரிந்துகொண்டார். (தொ:13:289; இந்தியன் ஒபினியன், 13.9.1913)

தீமை, வெறுப்பு, வன்மம் முதலியன மனித உடல்களையும் ஆன்மாவையும் ஆட்கொண்டு அலைக்கழிக்கும் தன்னிச்சையான ஆற்றல்கள் என்று காந்தி நினைக்கவில்லை. அறியாமை, பயம், நெறிகளற்ற வாழ்க்கை முறைகள், கட்டுப்பாடற்ற மனநிலை: வன்மத்துக்கும் வெறுப்புக்கும் இவைதான் ஒருவரை இட்டுச் செல்கின்றன என்றே கருதினார். அதே சமயம், சமணத் தத்துவங்கள் முன்வைத்த

சில கருத்துகளின் அடிப்படையிலும் வன்மம், வன்முறை ஆகியவற்றின் தன்மையை விளக்கி வந்தார். இந்தத் தத்துவங்களின் அடிப்படையில் பார்க்கும்போது, வாழ்தல் என்பதே, அதாவது வாழ்வதற்காக நாம் செய்ய வேண்டிய ஒவ்வொன்றுமே, வன்முறைச் செயலாகப் பரிணமிக்கவல்லது. மூச்சு விடுவதும் உணவுக்காகத் தாவரங்களையும் விலங்குகளையும் முறையே பக்குவப்படுத்துவதும் வேட்டையாடுவதும் வன்முறைச் செயல்கள்தாம். எனவேதான் வாழ்க்கை தேவைகளாகக் கொள்ளப்படும் ஒவ்வொன்றையும் அளவுக்கு அதிகமாகப் பயன்படுத்தும் போக்கினைக் காந்தி தனது வாழ்நாள் முழுதும் கண்டித்தும் எதிர்த்தும் வந்தார். உணவு, உடை, உறக்கம், கேளிக்கை ஆகிய விஷயங்களில் அத்துமீறிய ஆசை காட்டக்கூடாது என்றும் கூறி வந்தார். ஆசை, விருப்பம், வேட்கை முதலியன மானுடத் தேவைகளைப் பெருகச் செய்வதுடன், அவற்றை நிறைவேற்றிக்கொள்வதற்காக மேற்கொள்ளப்பட வேண்டிய செயல்பாடுகள் கட்டுப்பாடின்றி வளரவும் காரணங்களாக ஆகிவிடுகின்றன என்றும் அவர் கருத்துரைத்தார். தேவைக்கு மீறியவற்றைப் பெறுவதற்காக எதையும் செய்ய மனிதர்கள் தயாராகிவிடுகின்றனர் என்றும், ஆசையை நிறைவேற்றிக் கொள்வதற்காக எல்லாவிதமான ஒழுங்கு நிலைகளையும் அழிக்கத் தயங்குவதில்லை என்றும், வரம்பற்ற விருப்பம் என்பது தனது வேட்கையின் பொருட்டு பிறவற்றை, பிறரை ஒழித்துக்கட்டவும் தயங்காதென்றும் கருத்துரைத்தார். (காண்க: இந்து சுயராஜ்யம், தொகுதி 10:258-262)

சமண சமயக் கருத்தியல்களை அவர் ஏற்றுகொண்டதால் மட்டும் இவ்வாறு நினைக்கவில்லை. நவீன வாழ்க்கை, நவீனச் சமுதாயம் ஆகியவனவற்றின் உள்ளார்ந்த பண்புகளாக அவர் கருதியவற்றை முன்னிட்டும் தனது கருத்துகளை வரையறுத்தார். தனது இந்தப் புரிதலைப் பிறருடன் பகிர்ந்துகொள்வதற்காக எழுதப்பட்ட நூல்தான் "இந்து சுயராஜ்யம்."

நவீன சமுதாயத்தின் பண்பை, ஐரோப்பிய நாடுகளின் பேராசையும் அப்பேராசையில் விளைந்த பொருளாதாரச் சுரண்டலும் காலனித்துவ விரிவாக்கமும்

தீர்மானித்துள்ளதையும், பொருளாதார வளர்ச்சிக்குத் துணையாக இயந்திர தொழில்நுட்பமும் போரும் வன்முறையும் உள்ளதையும் "இந்து சுயராஜ்யம்" சுட்டிக்காட்டியது. இந்தியாவைப் பொருத்தவரை காலனியாட்சி என்பது வன்முறையான ஒடுக்கு முறையாலும், சுயநலத்தை மட்டுமே அடிப்படையாகக் கொண்ட பொருளாதார வளர்ச்சியாலும்தான் தன்னைப் பத்திரப்படுத்திக் கொண்டு வருகிறது என்பதையும் அந்நூல் எடுத்துரைத்தது. இந்தியர்கள் காலனியாட்சியின் நவீனத்தன்மையை முழுவதுமாக ஏற்றுக் கொண்டுள்ளதாகவும், அவர்களுமே பொருளாசைக்கு ஆட்பட்டுப் போயுள்ளதாகவும், நவீனக் கருத்தியல்களால் கவரப்பட்டு இந்தியாவினுடைய நீண்டநெடுங்கால அறவியல் மரபுகளை மறந்து செயல்படுபவர்களாகவும் உள்ளனர் என்றும் அந்நூல் குற்றஞ்சாட்டியது. சராசரி இந்தியர்களாலும் செயல்படுத்த வல்ல அரசியல் வழிமுறைகள்தான் இந்தியாவுக்கு இனிதேவை என்றும், அவ்வழிமுறைகள் வன்முறையைத் தவிர்த்தும் வெறுப்பை மறுத்தும் தம்மைத் தகவமைத்துக் கொள்ள வேண்டியிருக்கும் என்பதையும் "இந்து சுயராஜ்யம்" தெளிவுபடுத்தியது. (தொ:10:245-315)

ஆனால் 1909இல் காந்தி இவ்வாறு எழுதினாலும் இந்திய அரசியல் நடவடிக்கைகளில் எந்த நேரடியான பங்கையும் வகிக்கவிரும்பவில்லை. 1909க்குப் பிறகுதான், அவரது வன்முறை மறுப்பு அரசியலானது தென்னாப்பிரிக்காவில் சட்டமறுப்புச் செயல்பாடாகவும் 'சத்தியாகிரக'மாகவும் பரிணமித்தது. 1906-07ஆம் ஆண்டுகளில் அமைதியாகவும் நிதானமாகவும் செயல்பட்ட சட்ட மறுப்புச் செயல்பாடுகள், 1909-1912 ஆம் ஆண்டுகளில் பிரம்மாண்டமான அரசியல் எதிர்ப்பு இயக்கமாக உருமாறின. இந்தக் காலகட்டத்தில்தான் சத்தியாகிரகம் என்ற அரசியல் செயல்பாட்டுக்கான பயிற்சிக்களமாகக் காந்தி தனது தென்னாப்பிரிக்கக் கூட்டு வாழ்க்கைக் குழாம்களை வளர்த்தெடுக்கத் தொடங்கினார்.

இருபதாம் நூற்றாண்டின் தொடக்க ஆண்டுகள் தொட்டே நடைபெற்று வந்த அவருடைய கூட்டு வாழ்க்கைக் குழாம்கள், 'சத்தியாகிரகம்' என்பதற்கான திண்மையான, பொருளாயுத அடிப்படைகளை வழங்கின:

ஒரு சராசரி மனிதனோ, மனுஷியோ தனது மனத்திலுள்ள வெறுப்பைக் களைந்து, வன்முறையைத் துறந்து அடக்கமான, அமைதியான மனோதிடத்தை வளர்த்துக்கொள்வதற்காக எப்படியெப்படியெல்லாம் வாழ வேண்டியிருக்கும் என்பதை இக்குழாம்களில் வாழப்பட்டு வந்த வாழ்க்கைக்கான ஆதார நெறிகள் வலியுறுத்தின. இந்நெறிகள்தான் இந்தியாவில் காந்தி நிறுவிய ஆசிரமங்களிலும் பின்பற்றப்பட்டன. இந்நெறிகளில் முக்கியமானவையாக விளங்கியவை: உண்மையையே பேசுதல்; வன்முறையில் ஈடுபடாமல் இருத்தல்; பிரம்மச்சரியத்தை அனுசரித்தல்; பிறரது பொருளைக் களவாடாமல் இருத்தல்; பொருளாசை பாராட்டாமல் இருத்தல்; பயமின்றி இருத்தல்; தீண்டாமையை அனுசரிக்காமல் இருத்தல்; உடலுழைப்பில் ஈடுபடுதல்; அரசியல், பொருளாதாரம், சமூகச் சீர்த்திருத்தம் முதலியவற்றை அறவியல் அக்கறைக்குரியவையாகவும் ஆன்மீக வளர்ச்சியுடன் தொடர்புடையதாகவும் கொள்ளுதல் ஆகியனவாகும். (தொ:14:453-57; சபர்மதி ஆசிரமத்தின் சட்டதிட்டங்களின் வரைவு, 20.05.1915)

ஆசிரம வாழ்க்கையில் கடைபிடிக்கத்தக்க இந்நெறிகளை அரசியல் சமுதாயத் தளங்களிலும் வென்றெடுக்க வேண்டும் என்பதும் காந்தியின் இலட்சியமாக இருந்தது.

அரசியல் களத்தில் சத்தியாகிரகம் மேற்கொள்வதென்பதை காந்தி இருநிலைகளில் வைத்து விளக்கினார். ஒத்துழையாமை, சட்ட மறுப்பு செயல்பாடுகளினுடாக அரசாங்கத்தின் தவறான, அநீதியான கொள்கைகளையும் நியாயமின்றி இயக்கப்படும் அரசதிகாரத்தையும் அமைதியாக, பணிவாக எதிர்ப்பதும், அத்தகைய எதிர்ப்பினால் ஏற்படக்கூடிய இடையூறுகளைச் சளைக்காமலும் பயமின்றியும் எதிர்கொள்வதும், அவை தரும் துயரங்களைப் பொறுமையுடன் தாங்கிக்கொள்வதென்பதும் ஒரு நிலையாகும். மற்றொரு நிலையிலிருந்து செயல்படுத்தப்படும் போது சத்தியாகிரகம் என்பது எதிர்ப்பாக இல்லாமல் உரையாடலை வேண்டி நிற்கும் நட்புறவாகப் பரிணமிக்கும் ஆற்றலுடையதாக இருந்தது. அதிகாரத்திலுள்ளவர்கள், அவர்களை எதிர்ப்பவர்களைத் தமக்கு இணையானவராக இனங்கண்டு பேச்சு வார்த்தைக்கு அழைப்பதைச் சத்தியாகிரகப் போராட்டங்கள் சாத்தியப்படுத்தும்

என்பதில் காந்திக்கு எந்தவித ஐயமுமிருக்கவில்லை. ஆனால் பல்வேறு சோதனைகளுக்கிடையில் மேற்கொள்ளப்பட்ட போராட்டங்களின் வீச்சையும் வேகத்தையும் கட்டுப்படுத்தவும், வரம்பிடவும் "பேச்சு வார்த்தைக்கு அழைத்தல்" என்ற உத்தி பயன்பட்டதையும் அவ்வாறு பயன்படுத்தப்பட்டதையும் நாம் இங்கு குறிப்பிட வேண்டும். தென்னாப்பிரிக்காவில் நடந்த சத்தியாகிரகங்களாக இருக்கட்டும், இந்தியாவில் காந்தி தலைமையேற்று நடத்திய உப்புப் போர் போன்ற போராட்டங்களாக இருக்கட்டும்: அதிகாரம் சிரம்தாழ்த்தி உரையாடலுக்கு உடன்பட்டபோதெல்லாம் அப் போராட்டங்கள் கோரிய நியாயங்கள் முழுமையாக நிறைவேற்றப்படாததுடன், அவற்றின் பொருட்டுச் செய்யப்பட்ட தியாகங்களுக்கு இணையான சலுகைகளும் கிடைக்காமல் போயின.

என்றாலும் எதிராளியுடன் உரையாடுதல் என்ற கொள்கை மிக அதிசயமான செயல்களுக்கும் காரணமாக அமைந்தது. இரண்டாம் உலகப் போர் தொடங்கியவுடன் ஆங்கில அரசானது இந்தியாவையும் போரில் இழுத்துவிட்டது. ஆனால் இந்தியச் சுதந்திரம் குறித்து எந்தவிதமான உத்திரவாதத்தையும் தனது போர்க்கால இலட்சியங்களில் அடக்க மறுத்தது. இச்சூழலில் ஆங்கிலேயர்கள் பால் வெறுப்பும் எரிச்சலும் உமிழப்பட்டன. காந்தி மட்டும் இதற்கு விதிவிலக்காக அமைந்தார். அவரது அக்கறைகள் வித்தியாசமானவையாக அமைந்தன. ஆங்கிலேயர்கள் போர் தொடுப்பதென்பது முறையாகுமா, இட்லரை எதிர்க்கத்தக்க பலம் அவர்களுக்கு உள்ளதா என்பதை அவர்கள் ஆராய வேண்டாமா என்று சில கேள்விகளை முன்வைத்து, ஆங்கிலேயர்களின் கவனத்துக்கென ஒரு பகிரங்கக் கடிதத்தை வெளியிட்டார். போர் என்று வந்துவிட்ட பிறகு எதிரியை வெல்வதென்பது உண்மையில் "வெற்றி"யாகாது என்றார்; மாறாகப் போர் வலிமைக்கான வெற்றியாக மட்டும்தான் அது இருக்க முடியுமென்றார். நாஜிகளை எதிர்த்து அழிக்க விரும்புவோர் அவர்களை விட மூர்க்கர்களாக ஆகினாலொழிய அத்தகைய வெற்றி சாத்தியமும் இல்லை என்றார். போர் புரியாமல் இட்லரின் இராணுவத்துக்கு எதிராகச் சத்தியாகிரகம் புரிவது

மேல் என்றும், எதிரிகளை வரவேற்று நாட்டை அவர்களிடம் அளித்துவிட்டு பயமின்றி, ஆன்ம பலத்துடன் வன்முறையை மறுப்பதில்தான் மனிதமாண்பு அடங்கியுள்ளது என்றார். (தொ:78:387; ஹரிஜன், 6.7.1940)

காந்தியின் இந்த நிலைப்பாட்டினைப் பலர் எதிர்த்தனர், அரசியல் நிலைமைகளை அறியாமல் வறட்டு அறவியல் பேசுபவராக அவர் உள்ளார் என்றனர். காந்தி தனது கொள்கையை விட்டுக்கொடுக்கவில்லை. ஆங்கில மக்களுக்கு அனுப்பிய பகிரங்கக் கடிதத்தை எழுதிய சில மாதங்களில் இட்லருக்கு ஒரு திறந்த கடிதத்தை எழுதினார் (அக்கடிதம் இட்லருக்கு அனுப்பப்படவில்லை. ஆங்கில அதிகாரிகளால் பறிமுதல் செய்யப்பட்டது). (தொ:79:358-61; கடிதம் எழுதிய தேதி, 24.12.1940) இட்லரின் நாட்டுப் பற்றானது போற்றத்தக்கதுதான் என்றாலும் அவருடைய எழுத்துகளும் கருத்துகளும் அவரை வெறியாளராகவே காட்டுகின்றன என்கிறார் காந்தி. மனிதமாண்புக்கு ஒவ்வாத, பொருந்தாத செயல்களை அவர் புரிந்து வருவதைச் சுட்டிக் காட்டுகிறார். பிற நாடுகளை ஆக்கிரமிப்பதைத் தருமமென்று இட்லர் நினைக்கலாம், ஆனால் அவரது நடத்தை மானுடத்துக்குத் தீரா இழுக்கை ஏற்படுத்தியுள்ளது என்கிறார். அவர் அக்கடிதத்தில் மேலும் கூறுவதாவது: நாஜிகளை எதிர்ப்பதுடன் இந்திய தேசியவாதிகள் ஆங்கில வல்லரசையும் எதிர்த்து வருகிறார்கள். எந்தவொரு அறவியல் வரையறைக்கும் ஆட்படாத வகையில்தான் ஆங்கில ஏகாதிபத்தியம் நிறுவப்பட்டுள்ளது – அதன் இருப்பில் நியாயமும் இல்லை, நீதியும் இல்லை. என்றாலும் ஆங்கில அரசாட்சியை மட்டுமே இந்தியர்கள் எதிர்க்க விழைகின்றனரே தவிர ஆங்கிலேயர்களை அல்ல. அவ்வரசுடன் ஒத்துழைக்காமலும் அதன் அநீதியான சட்ட திட்டங்களை மறுத்துமே இந்தியர்கள் செயல்பட்டு வந்துள்ளனர். எனவே ஜெர்மானியர்களின் போர் பலத்தை துணைக்கழைத்து ஆங்கிலேயர்களை எதிர்கொள்வதை இந்திய தேசியவாதிகள் ஏற்றுக்கொள்ளமாட்டார்கள். அவர்கள் பின்பற்றி வரும் வன்முறை மறுப்பு அரசியலை இன்று உலகே வியக்கிறது. அவ்வரசியலின் ஆக்கபூர்வமான ஆற்றலை உணர்ந்தவராய் ஜெர்மானியர்கள் செயல்படத்

தொடங்கினால் போரை நிறுத்திவிடலாம். இந்தப் போரில் ஜெர்மானியர்கள் வெற்றியடைந்தாலுங்கூட அது பிறரை நாசஞ்செய்ததால் கிடைத்த வெற்றியாகவும், நாசகரப் போர் தந்திரத்தின் வெற்றியாகவும் இருக்கும். எனவே பேச்சு வார்த்தைகளின் மூலமாகவும் சர்வதேச மன்றங்களிலும் ஜெர்மனி பிரிட்டனுக்கு எதிரான தனது வழக்கைத் தொடர முடிவு செய்தால் அது பலரும் ஏங்கும் அமைதிக்கான சாத்தியப்பாட்டினை உருவாக்கும். இது போலவே ஜப்பானியர்களுக்கும் காந்தி கடிதம் எழுதினார். (தொ:83:114-117; ஹரிஜன், 26.7.1942)

எதிராளிகளை வாதத்தால், அமைதியான வழியில், வெறுப்பை உமிழாமல், வென்றெடுக்க முடியுமென்ற காந்தியின் திடமான கொள்கைப்பற்றைத்தான் இம்மூன்று கடிதங்களிலும் காணமுடிகிறது. இட்லர் போன்ற மனிதத் தன்மையற்ற, பண்பற்ற வெறியர்களை எதிர்த்துப் போராடுவதில் எந்தத் தவறுமில்லை என்று ஆங்கில அகிம்சாவாதிகள் சிலர் வாதிட்டதைக் காந்தி ஏற்கவில்லை: இந்தப் போரானது எல்லா விதத்திலும் தவறானதாகும். வெறுக்கத்தக்கதாகும். இதில் பங்கேற்பதனாலேயே அதன் வெறியாட்டத்துக்கு உடந்தையாய் விடுகிறோம் என்பதில் ஐயமேதுமிருக்க முடியாது. உண்மையிலேயே இப்போரை எதிர்க்க முற்படுபவர்கள் ஏகாதிபத்தியத்தின் விளைவாக அவர்கள் அனுபவிக்கும் செல்வங்கள், சௌகரியங்கள் அனைத்தையும், துறந்தார்களேயானால் அதுவே மேலான செயலாகும் என்றார். (தொ:83:104-106; ஹரிஜன், 15.3.1942)

ஏகாதிபத்தியம், பாசிசம், காலனித்துவம், போர்கள் ஆகியவற்றுக்கிடையே இருந்த ஒற்றுமைகளை வேறொரு சமயத்திலும் காந்தி சுட்டிக்காட்டினார். போர் முடிந்த தருவாயில் பத்திரிகையாளர் ஒருவருக்கு அளித்தவொரு போட்டியில் அவர் கூறிய கருத்துகள் குறிப்பிடத் தக்கவையாகும். போரில் வெற்றியடைந்தவர்களால் உலக அமைதியைச் சாதிக்க முடியாதென்றும், இதற்குக் காரணம், அவர்களது காலனி யாதிக்கம் தொடர்ந்து நீடிப்பதுதான் என்றும், வெள்ளையர்கள் அல்லாதவர்களையும், பின்தங்கியதாகக் கொள்ளப்படும் இனங்களையும் ஐரோப்பிய, அமெரிக்க

அரசுகள் சுரண்டுவதை நிறுத்தினாலொழிய உலகில் சண்டைசச்சரவுகள் தீராது என்றும் கூறினார். போர் தொடுத்த நாடுகளைச் சேர்ந்தவர்கள் (குறிப்பாகப் போர்க் குற்றவாளிகள்) எவ்வாறு நடத்தப்பட வேண்டுமென்ற கேள்வி அவரிடம் கேட்கப்பட்ட போது அவர் அளித்த பதிலானது:

“யார் போர்க் குற்றவாளி? போர் என்பதே கடவுளுக்கும் மானுடத்துக்கும் எதிராகப் புரியப்படும் குற்றம்தானே? போர்களை நடத்தியவர்களும் அவற்றை நடத்தச் சொன்னவர்களும் போர்களை ஏற்படுத்தியவர்களும் ஆகிய அனைவருமே போர்க் குற்றவாளிகள்தாம். அச்சு அரசுகளைச் சேர்ந்தவர்கள்தான் போர்க் குற்றங்களைப் புரிந்தார்களென்று எப்படிச் சொல்ல முடியும்? இட்லரும் முசோலினியும் போர்க் குற்றவாளிகள் என்றால் ரூசுவெல்ட்டும் சர்ச்சிலும் கூட குற்றவாளிகள் தான். மகா பிரிட்டன் புரிந்த பெரும்பாவத்தின் சம்பளம்தான் இட்லர். இட்லரிசத்தையும் அது முழங்கும் யூத எதிர்ப்புக் கொள்கையையும் வெறுப்பவன் நான் என்றாலும் இதைச் சொல்வேன் – பிரிட்டிஷ் ஏகாதிபத்தியத்துக்கு எதிர்வினையாக உருவானவன்தான் இட்லர். இங்கிலாந்து, அமெரிக்கா, ருஷியா ஆகிய அனைத்து நாடுகளின் அரசுகளும் ரத்தத்தில் தமது கைகளை நனைத்தவைதான்–ஜெர்மனியும் ஜப்பானும் மட்டும் இதைச் செய்யவில்லை.

பிரிட்டிஷ் ஏகாதிபத்தியத்தையும் நாஜிசத்தை ஒப்பிட்டு காந்தி பேசியதானது பலருக்கு, குறிப்பாக ஐரோப்பிய, ஆங்கில அறிவாளிகளுக்கு ஏற்புடையதாக இல்லை. ஆனால், தனது தர்க்க வாதத்தைக் கைவிட அவர் மறுத்தார். ஆனால் வேறொரு விஷயத்தில் அவரது வன்முறைக் கொள்கை, அறவியல் ரீதியான கேள்விகளுக்கு முகங்கொடுக்க வேண்டி யிருந்தது.

ஜெர்மனியில் யூதர்களுக்கு எதிராகக் குவிந்த பாசிச வன்முறையைக் காந்தி கடுமையாகச் சாடினார். யூதர்களுக்கு நேர்ந்துள்ள அவல கதிக்கு இணையாக வரலாற்றில் எதுவும் இல்லை என்றார். தார்மீகவெறியுடன் செயல்படுவனாகத் தன்னை பாவித்துக்கொண்டு மானுட மாண்பைச் சிதைக்கும் செயல்களை உன்னதச் செயல்களாக அடையாளப்படுத்திச்

செயல்பட்டு வந்த இட்லரின் மனநிலையை என்னவென்று சொல்வது என அங்கலாய்த்தார். தனக்குப் போரின்மீது இம்மியளவு நாட்டமோ அதனால் பிரச்சனைகள் தீருமென்ற நம்பிக்கையோ இல்லை என்ற போதிலும் இட்லருக்கு எதிராகப் போர்புரிவதென்பது நியாயமானதாகவே படுகிறது என்றும் கருத்துரைத்தார் (ஆனால் இதைப் போருக்கான நியாயவாதமாக யாரும் எடுத்துக் கொள்ளக்கூடாதென்று எச்சரித்தார்). (தொ:/74:240; ஹரிஜன், 26.11.1938)

யூதர்கள் தங்களுக்கு நேர்ந்துள்ள துன்பத்தை எவ்வாறு எதிர்கொள்ளலாம் என்று உரக்க யோசிக்கவும் செய்தார். இறை நம்பிக்கையுடைய அம்மக்கள் அந்த இறைவன் மீது நம்பிக்கையுடையவர்களாய், தங்களது நம்பிக்கை வீண்போகாது என்ற எண்ணத்துடன் ஜெர்மானியர்களைத் துணிவுடன் எதிர்கொள்ள வேண்டுமென்றார். ஜெர்மனியை விட்டுத் தாங்கள் போவதற்கில்லை, ஜெர்மனி எங்களுக்கும் உரிய நாடாகும் என்று கூறி, வருவது வரட்டுமென்று இருப்பார்களேயானால் அவர்களது தியாகமானது பயன்தரும் என்றார். எப்படி இருந்தாலும் மரணத்தின் நிழலில் வாழ வேண்டிய இந்த அவலமான கால இணைவில் நாஜிகளின் மனித வேட்டைக்குப் பயந்து ஓடாது, இதை அவர்கள் செய்வார்களேயானால் மனிதத்துக்கே பெருமை சேர்ப்பர் என்றார். (தொ 74:241-42; ஹரிஜன், 26.11.1938)

யூதர்கள் ஜெர்மனியைத் துறந்து பாலஸ்தீனத்துக்குக் குடியேறுவதை ஒரு நியாயமான செயலாக காந்தி கருத மறுத்தார்: விவிலியத்தில் குறிப்பிடப்பட்டுள்ள பாலஸ்தீனம் என்பது யூதர்களின் மானசீகனமான நாடேயன்றி புவியியல் பிரதேசமல்ல என்றார். புவியியல் பிரதேசமான தற்காலப் பாலஸ்தீனத்துக்கு ஆங்கில அரசின் உதவியுடனும் அதன் தயவிலும் அவ்வரசின் இராணுவத்தைப் பாதுகாப்புக்காகத் தருவித்தும் யூதர்கள் குடியேற நினைத்தால் அது தவறான செயலாகவே இருக்கும் என்றார். பாலஸ்தீனத்திலுள்ள அரபு மக்களின் ஒப்புதலுடன், அவர்கள் விருப்பத்துடன் யூதர்கள் குடியேறுவதென்பது மட்டுமே முறையானதாக இருக்கும் என்றும் வாதிட்டார். (தொ 91:272-73; ஹரிஜன், 21.7.1946)

யூதர்கள் இட்லரை எதிர்த்து சத்தியாகிரகம் புரிவதால் எதுவும் நடக்கப் போவதில்லை என்றும் அவ்வாறு இட்லரின் அதிகாரத்தையும் இராணுவபலத்தையும் எதிர்த்தவர்களை நாஜிகள் கொன்றபோது எந்தவொரு ஜெர்மானியனின் மனசாட்சியும் கொந்தளிக்க வில்லை என்றும் வாதிட்டு காந்தியின் வாதத்தை ஆங்கில இதழ் ஒன்று விமர்சனம் செய்தது. ஜெர்மானியர்களைக் காந்தி தரக்குறைவாகப் பேசியுள்ளதாக ஜெர்மானியர்கள் அவரைக் குற்றஞ்சாற்றினர். யூதர்கள் தைரியமாக இட்லரை எதிர்கொள்ள வேண்டும், வன்முறை மறுப்புக் கொள்கையை அவர்கள் கடைபிடிக்க வேண்டும் என்று கூறுவது நகைப்புக்குரியது என்றும், யூதர்கள் மத்தியில் ஒரு காந்தி தோன்றி இவற்றை செய்வாரேயானால் அவர் உடனடியாக இட்லரால் கழுவில் ஏற்றப்படுவார் என்றும் யூத இதழாளர் ஒருவர் அவரது பத்திரிகையில் தலையங்கம் வரைந்தார். (Jewish Frontier என்ற இதழின் ஆசிரியரான ஹெய்ம் க்ரீன்பர்க் என்பவர்தான் இந்த விமர்சனத்தை முன்வைத்தார்)

வழக்கமான நிதானத்துடன் காந்தி தன்னை விமர்சித்தவர்களுக்குப் பதிலுரைத்தார். அமைதியாக, அகிம்சையைக் கடைப்பிடித்து இட்லரை எதிர்த்து மாண்டவர்களின் தியாகம் வீண்போகாதென்றும், இட்லரின் கல்மனம் கரையாவிட்டாலும் ஜெர்மானிய மக்களின் மனசாட்சி என்றாவது ஒரு நாள் விழித்தெழும் என்றும், அவர்கள் ஒரு காலத்தில் வாழ்த்திய தலைவர் இட்லரை அவர்களே எதிர்ப்பர், மறுதலிப்பர் என்றும், பாவம் புரியும் நெஞ்சமானது தன்னை ஈடேற்றிக் கொள்ளும் வகையில் பரிகாரமும் செய்ய முன்வரும், அவ்வாறு முன்வரக்கூடுமென்ற நம்பிக்கையை நாம் தளரவிடக்கூடாது என்றும் கூறினார்.

யூதர்கள் மத்தியில் ஒரு காந்தி தோன்றினாலுங்கூட பிற யூதர்களுக்கு நேர்ந்த கதிதான் அவருக்கும் நேரும் என்பது உண்மைதான் என்றாலும் வன்முறையை மறுத்து, துயருறுவதனால் வன்மத்திற்கான நியாயம் சரியும் என்றும், வன்முறை ஜெயித்தே தீரும் என்பதற்கு எந்த உத்திரவாதமும் இல்லை என்றும், வன்முறை மறுப்புக் கொள்கையின் உள்ளார்ந்த மாண்பு அதனைப் பிறருக்கு ஆதர்சமாக இருக்கச் செய்யும் என்றும் கூறி யூத இதழாளருக்கு பதிலளித்தார்.

(தொ.75:415-16; ஹரிஜன், 27.5.1939) அதிகாரத்திலுள்ளவர் மீது காந்தி வைத்திருந்த நம்பிக்கையானது ஆச்சரியத்துக்குரியதாகவே இருந்தது. இட்லரை அவர் இவ்வாறு நம்பவில்லை என்ற போதிலும் பாசிச அதிகாரத்தின் விகாரமான வடிவங்களையும் அதன் நுணுக்கங்களையும் அவர் சரியாகப் புரிந்துகொள்ளவில்லை, அல்லது அது பற்றிய போதுமான தகவல்களை அவர் பெற்றிருக்கவில்லை என்றும் சொல்லத் தோன்றுகிறது – கண்டிப்பாக 1930களின் இறுதி ஆண்டுகளில் அவருக்கு இப்புரிதல் வாய்த்திருக்கவில்லை. பிறகு அவருக்குக் கிடைத்த தகவல்கள், குறிப்பாக நாஜிகளின் யூதவிரோதச் செயல்பாடுகளைக் குறித்த தகவல்கள் அவரைத் திடுக்கிடச் செய்தன. யூதர்கள் பாலஸ்தீனத்துக்குக் குடியேற விரும்பியதன் காரணத்தை, ஏன் நியாயத்தை அவரால் ஓரளவுக்கு அங்கீகரிக்க முடிந்ததற்கும் கூட இட்லரது கொலைக்களங்கள் பற்றிய செய்திகளை அவர் அறிய வந்ததுதான் காரணம். என்றாலும் கடைசி வரை பாலஸ்தீனப் பிரச்சனையைப் பொறுத்தவரை அவர் யூதர்களின் குடியேற்றத்தை விமர்சித்தே வந்தார். (தொ:95:27-28; ஹரிஜன், 18.5.1947)

காந்தியின் அகிம்சைக் கொள்கையின் இலட்சிய நிலைகளையும் கருத்தியல் செறிவுடன் வெளியிட்ட வாதங்களும் அவரை உலகளவில் புகழ்பெறச் செய்தன. ஆனால் இந்தியாவில் இக்கொள்கையின் விளைவுகளைப் பற்றிப் பல்வேறு விதமான கருத்துகள் நிலவின. சோசலிச எழுச்சி, முதலாளிகளுக்கு எதிராக மக்கள் திரள விரும்பியதன் நியாயங்கள், கிராமப்புறங்களிலும் நகரங்களிலும் தோன்றிய பல்வேறுவிதமான எழுச்சியான போராட்டங்கள் ஆகியவற்றின் ஆற்றலையும் வீச்சையும் வளரவிடாமல் அவற்றைச் "சத்தியாகிரகம்" என்பதன் வரையறைக்குள்ளும் வரம்புகளுக்குள்ளும் அவர் முடக்கிவிட முயற்சி செய்து வருவதாக அவரைப் பலர் விமர்சித்தனர். இந்த விமர்சனத்தை உப்பு சத்தியாகிரகத்தை மையப்படுத்தி ஆராய்வது பொருத்தமாகயிருக்கும்.

1922இல் ஒத்துழையாமை இயக்கத்தைக் காந்தி திடீரென்று நிறுத்தியதைத் தொடர்ந்து தேசிய இயக்கத்திலிருந்த புரட்சியாளர்கள், குறிப்பாக சோசலிச சிந்தனையுடையவர்கள்,

அவரை விமர்சன நோக்குடன் அணுகத் தொடங்கினர். சமுதாயத்தைத் தலைகீழாக மாற்றும் இலக்குடைய ஆயுதமேந்திய நிலைப்பாட்டிலிருந்த நியாயங்களில் காந்தி போதிய அக்கறை காட்டவில்லை என்றும் அவர்கள் கருதினர். இந்த விமர்சனத்தை காந்தியிடமே எடுத்துச் சென்றனர். தங்களைத் "திக்கு தெரியாத தேசபக்தர்கள்" என்று அவர் குறிப்பிடுவதற்கான காரணங்களை வினவினர். காந்தி அவர்களது தைரியத்தையும், தியாகத்தையும் நாட்டுப்பற்றையும் தான் மதிப்பதாகவும், ஆனால் இத்தகைய குணநலன்களும் அவற்றையொட்டிய செயல் பாடுகளும் சாதித்த விஷயங்கள் மிகச் சிலதான் என்றும், அவர்களுக்கு வரைந்த பதிலில் குறிப்பிட்டார். அரசாங்கத்தை எதிர்க்கும் முகமாகச் செயல்படுத்தப்படும் வன்முறை நிகழ்வுகள் மிக மோசமான ஒடுக்குமுறையைச் சந்திக்கின்றன என்றும் புரட்சியாளர்களை மட்டுமின்றி சாதாரண மக்களையும் இந்த அரசு வன்முறை இலக்காகக் கொள்கிறது என்றும் அவர் கூறினார். "எந்த அரசாங்கத்தை அழிக்க விரும்புகின்றனவோ அந்த அரசாங்கத்தின் அதிகாரத்தை மேலும் பலப்படுத்துவதைத்தான் புரட்சிகரச் செயல்பாடுகள் சாதிக்கின்றன" என்பதையும் அவர் சுட்டிக்காட்டினார். இதனால் புரட்சியாளர்களின் வீரத்தைக் கண்டு எழுச்சியடைவதற்குப் பதில், மக்கள் மேலும் பயங்கொள்ளிகளாக ஆகிவிடுகின்றனர் என்பதையும் புரட்சியாளர்கள் புரிந்துகொள்ள வேண்டுமென்றார்.
(தொ: 31:137-142; யங் இந்தியா, 9.4.1925)

இந்தக் கருத்துப் பரிமாற்றம் 1925இல் நடைபெற்றது. இந்தக் காலகட்டத்திலும் இதற்குப் பிறகும் புரட்சியாளர்களின் நடவடிக்கைகளைக் காந்தி கவனித்து வந்தார். வடஇந்தியாவின் பல பகுதிகளில் ஒத்துழையாமை இயக்கக் காலகட்டத்தில் தொடங்கிய விவசாயக் கலகங்களின் எதிரொலி, இன்னமும் ஒலித்துக்கொண்டிருந்தது. நாட்டின் பெருநகரங்களிலுள்ள தொழிற்சாலை தொழிலாளிகளிடமும்கூட அதிருப்தியும் எரிச்சலும் நிலவியது. பகத் சிங்கின் இந்துஸ்தான் சோசலிசக் குடியரசுப் படையின் அரசியல், நாடெங்கிலுமுள்ள இளைஞர்களைக் கவர்ந்திழுக்கும் ஆற்றலுடையதாய் இருந்தது. 1927இல் சைமன்குழு இந்தியாவுக்கு வந்ததைத்

தொடர்ந்து நடந்த ஆர்பாட்டங்களில் பலர் கைதாகி யிருந்தனர். சைமன் குழு எதிர்ப்புப் போராட்டம் ஒன்றில் பங்கேற்ற லஜபதிராய் காயமுற்று இறந்து போனது பல இந்தியர்களின் மனத்தில் கோபத்தை வளர்த்தது. இந்தச் சூழ்நிலையில்தான் பகத்சிங்கும் அவரது தோழர்களும் ஆங்கில போலீஸ் அதிகாரி சாண்டர்ஸைக் கொன்றனர். இந்த நிகழ்வைக் காந்தி வன்மையாகக் கண்டித்ததுடன், இத்தகைய வன்முறை அரசியலானது நாட்டுக்கு எந்த விதத்திலும் நன்மை பயக்காது என்று எச்சரித்தார்.

சாண்டர்ஸைக் கொல்வதற்கான காரணங்களின் நியாயத்தை அங்கீகரித்தாலும், தன்னால் இத்தகைய கொலைச் செயலை ஆதரிக்க இயலாது என்றார். ஆங்கில அரசின் ஊழியர் என்ற வகையில் அவ்வரசின் ஆணைக்கு அடிபணிந்து செயல்படுவதைத் தவிர சாண்டர்ஸ் போன்றவர்களுக்கு வழியில்லை என்றும், அவரைக் கொல்வதனால் எதுவும் நடக்கப்போவதில்லை என்றும், அத்தகைய மனிதர்களின் செயல்பாட்டை வடிவமைக்கும் ஒட்டுமொத்த அமைப்பைச் சரிசெய்தாலொழிய எதுவும் மாறப்போவதில்லை என்றும் காந்தி கருத்துரைத்தார். (தொ:43:446–47; யங் இந்தியா, 27.12.1928)

காந்தியின் இவ்வாதங்கள் ஒரு புறமிருக்க, நாட்டு நிலைமை நாளுக்குநாள் மோசமாகிக்கொண்டே போன நிலையில், புரட்சிகரச் சொல்லாடல்கள் பெருவாரியான தேசபக்தர்கள் மத்தியில் புழங்கத் தொடங்கின. அரசின் அதிகாரமும் பொருளாதாரக் கொள்கைகளும் மக்கள் மத்தியில் கடும் எதிர்ப்பையும் நிறைவின்மையையும் உண்டாக்கியிருந்த சூழ்நிலை யில்தான் காந்தி உப்பு சத்தியாகிரகப் போராட்டத்தைத் தான் தொடங்கப்போவதாக அறிவித்தார். மக்களின் உழைப்பைச் சுரண்டிக் கொழுத்த இலாபத்தை ஈட்டும் நோக்கத்துடனும் அத்தகைய சுரண்டலைத் தொடர்ந்து மேற்கொள்ளவும் ஆங்கில அரசு வன்முறையையும் பலவந்தத்தையும் பல்வேறு விதங்களில் பயன்படுத்தி வருகிறது என்றும், இதை எதிர்க்கும் முகமாகவே மக்களும் வன்முறையைக் கையாள வேண்டிய நிலைக்குத் தள்ளப்படுகின்றனர் என்றார். இந்தியர்கள் சிலர் ஆங்கிலேயர்களின் அடிவருடிகளாக இல்லாமல், ஆங்கில ஆட்சியின் நிழலில் ஒதுங்கிச் சுயலாபம் ஈட்டுபவராகவும்,

ஏழைகளைச் சுரண்டுபவராகவும் இல்லாமல் இருந்தால் ஆங்கில ஆட்சி இத்தனை பலவந்தமாகச் செயல்பட வாய்ப்பில்லை என்பதையும் சுட்டிக்காட்டினார். ஆனால் இந்திய நிலவுடைமையாளர்களையும் தொழிலதிபர்களையும் வன்முறையால் எதிர்கொண்டு வெல்ல இயலாதென்றும், கோடானுகோடி இந்தியர்களின் இரத்தத்தைப் பிழிந்து லாபம் சேர்க்கும் அவர்களது செயல்பாடுகள் எவ்வாறு பட்டினிக்கும் பசிக்கும் வழிவகுக்கிறது என்பதை அவர்கள் உணரும்படி செய்ய வேண்டும் என்றும் கூறினார். (தொ:481294-96; யங் இந்தியா, 6.2.1930)

அரசின் வன்மத்தையும் அதற்கு எதிர்வினையாகத் தோன்றியிருந்த வன்மத்தையும் ஒரு சேர எதிர்க்க வேண்டியதன் தேவையை விளக்க முன்வந்தார். அகிம்சையைக் கடைப்பிடித்து சத்தியாகிரகத்தை மேற்கொண்டு அரசின் அதிகாரத்தை சோதிப்பதைத் தவிர தனக்கு வேறு வழி தெரியவில்லை என்றும், தான் மேற்கொள்ளவிருக்கும் இந்த உப்புப் போராட்டத்தின் மூலம் ஆங்கில ஆட்சியின் மூர்க்கத்தை ஆங்கில மக்களே உணர்ந்து, இந்தியர்களுக்கு அவர்கள் இழைத்து வரும் அநீதியை அறிந்து மனங்கலங்குவர் என்றும் கூறினார். (தொ: 48 : 365 - 66; இர்வின் பிரபுவுக்கு எழுதிய கடிதம், 2.3.1930)

புரட்சியாளர்களின் கோபமும் ஆவேசமும் வர்க்கவுணர்வும் காந்தியின் மனத்தை வெகுவாகப் பாதித்திருந்தன என்பதில் சந்தேகமில்லை. அவர்கள் பக்கமிருந்த நியாயத்தையும் அவர்களது தீரமான செயலாற்றலையும் அவர் மதிக்கவும் செய்தார். ஆனால் வர்க்க முரண்பாடுகளின் தன்மை, அவற்றைத் தீர்ப்பதன் அவசியம், இம்முரண்பாடுகளைத் தீர்ப்பதில் புரட்சிகரச் செயல்பாட்டுக்குரிய பங்கு, சோசலிச சமுதாயம் குறித்துச் சொல்லப்பட்ட செய்திகள் விவரங்கள் இவற்றில் இழையோடிய தர்க்கம் முதலியவற்றை அவரால் ஏற்றுகொள்ள முடியவில்லை.

இத்தகைய புரிதலின் காரணமாகத்தான் 1930இல் ஏற்பட்டிருந்த மிக மோசமான அரசியல் நெருக்கடியையும் சூழலையும் தனக்கேயுரிய வகையில் சலனப்படுத்துவதைத்

தேவை என்றும், கடமை என்றும் எண்ணினார். அரசாங்கத்தை இடித்துரைப்பதையும் சாதாரண எளிய மக்களின் கோபத்தையும் இயலாமையையும் ஆக்கப்பூர்வமான வகையில் வெளிப்படுத்துவதையும் தனது சத்தியாகிரகப் போராட்டம் சாதிக்கும், சமூக, வர்க்க முரண்பாடுகளைத் தணிக்கவும் அது உதவும் என்பதில் அவருக்கு எந்தவொரு சந்தேகமும் இருக்கவில்லை.

உப்பு சத்தியாகிரகம், மக்கள் எழுச்சியுறவும், தெருக்களில் இறங்கிப் போராடவும் காரணமாக, உண்மையில், வடிகாலாக அமைந்தது என்பதில் சந்தேகமில்லை. ஆனால் அது செயலளவில் சாதித்ததென்ன என்பதை நாம் ஆராயவேண்டும். ஆங்கில அரசாங்கம் உப்பு சத்தியாகிரகம் ஏற்படுத்திய மாபெரும் எதிர்ப்பினை எதிர்பார்க்கவில்லை. அதனைச் சாதுர்யமாகச் சமாளிக்க அதனால் இயலவுமில்லை – வன்முறையை முடுக்கிவிட்டுச் செயல்படுவதைத் தவிர வேறெதையும் அதனால் யோசிக்கக் கூட முடியவில்லை. ஆங்கிலப் பேரரசின் அடக்குமுறை முழுவதும் அகிம்சா வழியில் எதிர்ப்பு தெரிவித்து வந்த எளிய இந்தியர்களின் மீது குவிந்ததை அன்று உலகமே தவறானதாகக் கருதியது. இந்திய தேசிய இயக்கத்திற்கிருந்த செல்வாக்கும், காந்திக்கு இருந்த ஆதரவும் அதிகரித்தன. காந்தியை இந்தியர்களின் பிரதிநிதியாகக் கருதி, சரிசமமாகத் தன்னுடன் உரையாட இர்வின் பிரபு அழைக்க வேண்டியிருந்தது. 1932இல் லண்டனில் நடைபெற்ற வட்டமேசை மாநாட்டுக்குக் காந்தி சென்றபோது லண்டன் மாநகரத்து அறிவாளிகளின் கவனம் பூராவும் அவர்மீது குவிந்தது. உலகத்தின் தனிப்பெரும் பேரரசாகக் கருதப்பட்ட ஒரு சாம்ராஜ்யத்தை எதிர்க்கத் துணிந்தவராக அவர் போற்றப்பட்டார்.

ஆனால் காந்தி – இர்வின் ஒப்பந்தமும், வட்ட மேசை மாநாடுகளைத் தொடர்ந்து இயற்றப்பட்ட 1935 ஆம் ஆண்டு இந்திய அரசு சட்டமும் இந்தியாவின் வர்க்க வேறுபாடுகளைக் களையவில்லை. மாறாக 1930களில் இந்திய முதலாளி வர்க்கம் ஓரளவுக்கு முதிர்ச்சியடைந்ததுடன் தனக்கேவுரிய அடையாளத்தைப் பெறத்துணிந்தது. காங்கிரஸ் கட்சியின் அரசியல் செல்வாக்கும் அதிகாரமும் வளர்ந்தது. தேசிய

இயக்கமாக மட்டுமில்லாமல் இந்திய அரசியல் வாழ்வில் மேலாண்மை செலுத்தக்கூடிய கட்சியாக, குறிப்பிட்ட வர்க்க, சாதி நலன்களைப் பொது நலமாக வரையறுத்து, அவற்றுக்கு மக்களின் ஒப்புதலைப் பெறக்கூடிய கருத்தியல் அதிகாரமுடைய கட்சியாக அது வளர்ந்தது.

காந்தியின் அகிம்சைக்கும் அது சாதித்த, வென்றெடுத்த அரசியலுக்கும் இடையே நிலவிய இடைவெளியை அவரும் உணராமல் இல்லை. காங்கிரஸ் அரசியல் வளர்ச்சி கண்டு அவர் நிறைவடைந்தாலும், அவ்வளர்ச்சியானது அதிகாரத்தை நோக்கிய வளர்ச்சியாக இருந்ததை 1930களின் இறுதி ஆண்டுகளில் தொடர்ந்து விமர்சித்தார். ஆனால் அக்கட்சியின் நலத்தையும் தேசிய நலத்தையும் எல்லா நேரங்களிலும் அவரால் வேறுபடுத்திப் பார்க்க இயலவில்லை. தனது மெய்மைக்கான சோதனைக் களமாக விளங்கிய அதனை எல்லாவிதமான எதிர்ப்புகளிலிருந்தும் விமர்சனங்களிலிருந்தும் மீட்டெடுத்துப் பாதுகாப்பதை அவர் தொடர்ந்து செய்து வந்தார். அது புரிந்த தவறுகளை இடித்துரைத்தும், அதனுடைய மனசாட்சியை உசுப்பிவிட்டும், அதன் ஒவ்வொரு முடிவுக்கும் நியாயவாதங்களையும் அறவியல் விளக்கங்களையும் கற்பித்து வந்தார். உப்பு சத்தியாகிரகம் சாதித்த 'வெற்றி'களில் இது முக்கியமானதாகும்.

காந்தியின் அகிம்சை மறுப்புக் கொள்கையின் வேறொரு அம்சத்தை, பொது வாழ்வை அல்லாது தனிவாழ்வை, தனி வாழ்க்கையில் வழங்கக்கூடிய மானுட உறவுகளைப் பாதித்த அம்சத்தை, இனி இனங்காண்போம். அதுதான் அவர் பேணிய, உயர்வான அறமாகக் கருதிய பிரம்மச்சரியம்.

காந்தியைப் பொறுத்தவரை பிரம்மச்சரியம் என்பது ஆசையைக் கட்டுப்படுத்தல் என்பது மட்டுமல்ல, பாலுறவைத் துறந்த நிலையும் மட்டுமல்ல, புலனடக்கம் என்பதும் பிரம்மச்சரியத்துக்குரிய பண்பாடு என்பார் அவர். தேவையை மீறி உண்பதும், பொருள் சேர்ப்பதும், உறங்குவதும், கட்டுப்பாடின்றிக் கோபங்கொள்வதும் ஆகிய இவ்வனைத்துமே பிரம்மச்சரியத்துக்குக் கேடு விளைவிப்பவை, வன்முறைக்கு ஒருவரை இட்டுச் செல்பவை என்றும் அவர்

வாதிட்டார். பிரம்மச்சரியம் என்பதை ஆண்களுக்கு மட்டுமே உரிய அறமாகவும் அவர் பாவிக்கவில்லை. பெண்களுக்கும் பொருத்தமான அறமாக அதை அவர் வரையறுத்தார். பெண்களால் மட்டுமே உண்மையான பிரம்மச்சாரிகளாக இருக்கமுடியும் என்றார். இயல்பிலேயே பொறுமையும் சகிப்புத்தன்மையும் உடையவர்களாகவும், உடலின்பத்தில் நாட்டமில்லாதவர்களாகவும் அவர்கள் உள்ளதால், மோகத்தைக் கொல்வதென்பது அவர்களுக்கு மிக எளிதானதாக இருக்குமென்றும் விளக்கினார். (தொ:68:398-99; ஹரிஜன், 2.5.1936) மேலும் ஆண்கள் பிரம்மச்சரிய விரதத்தை ஏற்றுக் கொள்வார்களேயானால் அது நன்மை பயப்பதாகவே இருக்குமென்றும் கூறினார். மனைவியைத் தனது பாலியல் இச்சைக்குரிய உடலாக மட்டுமே கருதுவதால்தான் அவளுடன் நல்லுறவு பேணாதவனாய், அவளை நட்புடன் அணுகாதவனாய்க் கணவன் உள்ளானென்றும், மனைவியை மதித்து அவளது அறிவையும் ஆற்றலையும் மதித்து, அவளுக்கு எல்லா வகைகளிலும் உறுதுணையாக அவன் இருக்க வேண்டுமானால், அவன் கண்டிப்பாகப் பாலியல் வேட்கைகளை அடக்கி ஆள்பவனாகவும் அவற்றைக் கடந்த நிலையை அடைந்தவனாகவும் இருக்க வேண்டும் என்றார். (தொ:68:192; மார்க்கெரட் சான்கருடன் உரையாடல், ஹரிஜன், 25.1.1936)

தான் இளம் வயதில் கஸ்தூர்பாவிடம் நடந்துகொண்ட விதத்தை எண்ணும்போது தானொரு கொடுங்கோலனாக இருந்துள்ளதாகத் தோன்றுகிறது என்றும், பிரம்மச்சரியத்தைக் கடைபிடிக்கத் தொடங்கிய பின்னர்தான் தனது மனைவியை தோழியாக, சக ஊழியராகத் தன்னால் பாவிக்க முடிந்ததென்றும் குறிப்பிட்டார். மேலும், தொடர்ந்து பாலியல் இச்சைகளைக் கட்டுப்பாட்டுக்குள் தான் வைத்திருந்ததாலும், வைத்திருக்க முயற்சி செய்து வந்ததாலும்தான் தன்னால் நூற்றுக்கணக்கான பெண்களின் சிநேகத்தையும் நம்பிக்கையையும் பெறமுடிந்தது என்றும் அவர் கூறினார். (தொ:68:193; மார்க்கெரட் சான்கருடன் உரையாடல், ஹரிஜன், 25.1.1936)

தான் போற்றிய இவ்வறத்தின் பொருட்டு அவர் பல்வேறு விதமான, வியப்புக்குரிய, சில நேரங்களில் அருவருப்பூட்டக்கூடிய பரிசோதனைகளை மேற்கொள்ள

வேண்டியிருந்தது. குறிப்பாக, 1940களின் இறுதி ஆண்டுகளில் நாட்டில் தொடர்ந்து வகுப்புக் கலவரங்கள் நடந்த அந்த நாட்களின்போது, அவர் சில நூதனமான பரிசோதனை முயற்சிகளில் இறங்கினார். 1946இல் வங்கக் கலவரங்கள் நடந்து வந்த சமயத்தில், தனது பேத்தியுடன் ஒரே படுக்கையில் நிர்வாணமாகப் படுக்கும் பரிசோதனையைத் தொடங்கினார். இதற்கு முன்னாலுங்கூடத் தனது பெண் தோழிகளுடன் அவர் ஒரே படுக்கையில் படுக்கும் பழக்கத்தைக் கொண்டிருந்தார். தனது பிரம்மச்சரியத்தின் வலிமையை சோதிப்பதற்காகவும், வீரியம், ஆண்மை முதலியவற்றைத் தான் அடக்கியாண்டு வருவதை உலகுக்கு உணர்த்துவதற்காகவும், பெண்கள் தன்னைக் கண்டு அஞ்சவேண்டியதில்லை, தனது ஆசிரமத்தில் சுதந்திரமாக, பாதுகாப்பாக இருக்கலாம் என்பதை உறுதிப்படுத்துவதற்காகவுமே தான் இவ்வாறு செய்ததாக விளக்கமளித்தார். இது குறித்த வாதங்களையும் வரவேற்றார். பலருக்கு 1946இல் அவர் அவ்வாறு செய்தது பொருத்தமற்றதாகவும் தவறானதாகவும் பட்டது. ஆனால் தான் உண்மையிலேயே தனது இருப்பின் தன்மையை அறிய நினைத்ததால்தான் இவ்வாறு செய்ய வேண்டியிருந்தது என்று பதிலுரைத்தார். (தொ:94:36–37; ஏ.வி.தாக்கருடன் உரையாடல், 17.2.1947)

மெய்மை என்பதற்கு, தனது மனச்சாட்சியையும் வாழ்க்கையையும் இருத்தல் நிலையையும் முக்கியமான உத்திரவாதங்களாக, உரைகற்களாக அவர் கொண்டதால், மெய்மை என்பதைத் தனது தன்னிலையுடன் இணைத்துக் கொண்டார். தனது தன்னிலை தவறினால் மெய்மையின் ஆற்றல் குறைந்துவிடும் என்றும் அவர் வாதிட்டதற்கு இதுதான் காரணம். பிறரும் இவ்வாறு மெய்மை என்பதற்குப் பொறுப்பேற்க வேண்டும் என்பதையும் அவர் வலியுறுத்தினார். ஆனால் தனக்கு மெய் என்று பட்டதைப் பிடிவாதமாகப் பற்றிக் கொண்டிருந்ததாலும், அதற்காக எல்லாவிதத் துன்பங்களையும், ஏன் மரணத்தையுங்கூட வரவேற்கத் துணிந்ததாலும் அவர் முன்நிறுத்திய மெய்மைக்கு எதிராக, அதனை மறுக்கும் மெய்மையை யாரும் முன்நிறுத்தத் துணியவில்லை. அவ்வாறு துணிந்த பெரியாரும்

அம்பேத்கரும் அவர் மெய்யென்று கொண்டதை மட்டும் எதிர்க்கவில்லை, மெய்காணும் வழிமுறைகளையும் மறுத்தனர். அவர் மனச்சாட்சியை வைத்த இடத்தில் அவர்கள் பகுத்தறிவை வைத்தனர்; மனத்தைத் தூய்மைப்படுத்த வேண்டுமென்று அவர் கூறியதற்கு மாறாகச் சட்டம் இயற்ற வேண்டும் என்றனர் (சுய தூய்மையை காட்டிலும் சுயமரியாதைதான் முக்கியம் என்றும் கூறினர்.) அன்பைக் காக்க வேண்டுமென்று அவர் கூறியதற்கு பரஸ்பர சமுதாய மதிப்பை வளர்க்க வேண்டும், உரிமைகளைப் பொதுவாக்க வேண்டுமென்றனர். வன்முறை மறுப்பு என்பதை இருவருமே ஏற்றுக்கொண்ட போதிலும் தனிமனித நடத்தையின், ஒழுக்கத்தின் அடிப்படையில்தான் அதற்குரிய ஆற்றலை நிறுவமுடியும் என்பதை ஏற்கவில்லை. மக்களாட்சிக்குரிய பண்புகளை வளர்ப்பதன் மூலம், பேச்சுரிமை உள்ளிட்ட சகல அடிப்படை உரிமைகளையும் உத்திரவாதம் செய்வதன் மூலம் வன்முறையைத் தவிர்க்கலாமென்று அம்பேத்கர் உறுதியாக நம்பினார். பெரியாரும் அவ்வாறே எண்ணினார்.

காந்திக்குச் சட்டம், உரிமைகள், சமுதாய மதிப்பு ஆகியவற்றில் அக்கறையோ நம்பிக்கையோ இல்லாமல் இல்லை. *1931*இல் கராச்சியில் நடந்த காங்கிரஸ் மாநாட்டில் சிறுபான்மையினர் உரிமைகள் குறித்த விளக்கத்தை அவர்தான் முன்மொழிந்தார். (தொ:51:329-331; கராச்சியில் அடிப்படை உரிமைகள் குறித்த காங்கிரஸ் தீர்மானத்தை ஆமோதித்துப் பேசியது, 31.3.1931) தீண்டாமையைச் சட்டப்படி குற்றமாக்க வேண்டும், அடிப்படை உரிமைகள் சாசனத்தில் தீண்டாமையொழிப்பை இணைக்க வேண்டும் என்றும் கூறினார். (தொ:92:403-05; பம்பாய் சட்டசபையில் ஹரிசனங்களின் உரிமைகளைப் பாதுகாக்க இயற்றப்பட்ட மசோதாவை வரவேற்று எழுதிய கட்டுரை, ஹரிஜன், 3.11.1946) ஆனால் அவரது முடிவுகளை, செயல்பாடுகளைப் பொறுத்தவரை தனது மனச்சாட்சி, தன்னிலை ஆகியவற்றைச் சோதனைக்களமாக்கியே செயல்பட்டார்.

பிரம்மச்சரியத்தைப் பொறுத்தவரை, ஆண்கள், குறிப்பாகக் கணவன்மார்கள் மனைவிகள்மீது திணிக்கும் வல்லுறவைப் பற்றிய விவாதத்துக்கு அது காரணமாக அமைந்ததோடு, "மனைவி", "பாலியல் வாழ்க்கைக்குக் கட்டுப்பட்டவள்' என்ற

சமூக அடையாளங்களைக் கடந்த அடையாளங்களைப் பெண்களுக்கு ஏற்படுத்திக் கொடுக்கவும் காரணமாக இருந்தது மணவாழ்க்கை என்பதற்குள் பெண்கள் முடங்கிக் கிடக்க வேண்டியதில்லை, அவர்கள் பொதுச்சேவைக்காக, பொது வாழ்க்கைக்கென இல்லறத்தைத் துறக்கலாமென்ற அவரது கூற்று பல பெண்களின் விடுதலைக்கும் விடியலுக்கும் காரணமாக அமைந்தது. குறைந்தபட்சம் வீட்டைவிட்டு அவர்கள் வெளிவரவும் பொது வாழ்க்கைக்குரிய பொறுப்புகளை ஏற்கவும் முடிந்தது. இவ்வாறு வந்த பெண்களில் பலர் காந்தியுடைய நெருங்கிய தோழர்களாக இருந்ததுடன், அவருக்கு ஆலோசகர்களாகவும் அவரை விமர்சிப்பவர்களாகவும் இருந்தனர். என்றாலும் அவரோடு நெருக்கமான உறவுகொண்டு அவரது பரிசோதனைகளில் பங்கேற்ற பெண்களின் மனநிலை பாதிக்கப்பட்டதையும், சிலர் அப்பரிசோதனைகளிலிருந்து பின் வாங்கியதையும் நாம் இங்கு குறிப்பிட வேண்டும். தொடர்ந்து அவருடைய ஒவ்வொரு பிடிவாதமான சோதனைக்கும் அவருடைய அறவியல் ரீதியான அதிகாரத்துக்கும் கட்டுப்பட்டு இருக்கத் துணிந்த ஆபா காந்தி, சுஷிலா நய்யார் போன்றவர்களது மனநிலை சந்தித்த குழப்பங்களையும் சிக்கல்களையும் காந்தியின் பரிசோதனைகள் ஏற்படுத்திய சேதாரங்களில் முக்கியமானவையாகக் கொள்ள வேண்டும்.

பெண்களின்பால் மதிப்பும் அக்கறையும் கொண்டவர் அவர் என்பதில் சந்தேகமில்லை. ஆனால் தான் “மெய்” என்று கருதியது தொடர்பான அவரது செயல்பாடுகள், இந்த மதிப்பையும் அக்கறையையும் மீறி அவற்றை ஊடறுத்தும், செயல்பட்டவையாக இருந்தன. எது எப்படியிருந்தாலும், காந்தி வாழ்ந்த கடைசி ஆண்டுகள், 1946–1948 வரையிலான காலகட்டமானது அவரது வன்முறை மறுப்புக் கொள்கைக்கு மிக முக்கியமான சாட்சியமாக, அவர் பேணிய மெய்மைக்கு மட்டுமே அவர் கட்டுப்பட விரும்பினார் என்பதற்குச் சாட்சியமாக விளங்கியது. இது குறித்து இனி வரும் பகுதியில் காண்போம்.

சமயமும் சமுதாயமும்:
காந்தி பேணிய மத அடையாளங்கள்

காந்தி, தான் ஒரு சனாதன இந்து என்று அடிக்கடி குறிப்பிடுவதுண்டு. குறிப்பாக, இந்துசமய நெறிகள், தத்துவம் தொடர்பாகச் சர்ச்சைகள் எழுந்த போதெல்லாம் – தீண்டாமையொழிப்பு, பிரம்மச்சரியம் குறித்த அவரது சொல்லாடல்களை முன்னிட்டே இச்சர்ச்சைகள் வழங்கினதான் ஒன்றும் புரட்சியாளனோ தன்னிச்சையாகச் செயல்படுபவனோ அல்ல. மாறாக ஆழ்ந்த தெய்வ நம்பிக்கையும் சமயப்பற்றும் கொண்ட இந்துதான் என்பார். காந்தி வரித்து கொண்ட "இந்து" அடையாளம் அவரை இந்து சமய வெறியராக மாற்றவில்லைதான்; ஆனால் அந்த அடையாளமும் அதற்கு ஆதாரமாகயிருந்த ஆன்மீக நோக்கு நிலையும்தான் தனது அரசியல், சமுதாய நடவடிக்கைகளைத் தீர்மானிப்பதாக அவர் அடிக்கடி குறிப்பிட்டார்.

காந்தி எந்தெந்த வகையில் ஒரு "இந்து"வாக இருந்தார்? அவரது இந்து அடையாளத்தின் அடிப்படைகள் யாவை? அவர் உயர்த்திப் பிடித்த இந்து சமயத்தின் பண்புகள் யாவை? இக்கேள்விகளை எழுப்புவதும் அவற்றில் தெளிவு பெறுவதும்தான் இந்தப் பகுதியின் நோக்கமாகும்.

காந்தி இந்து மதத்தைத் தனக்கே உரிய வகையில் புரிந்து கொண்டார். அவ்வகையிலேயே அதனை வரையறுக்கவும் செய்தார். உதாரணத்துக்கு, பகவத்கீதையானது அகிம்சையை

போதிக்கும் நூல் என்பார். (காண்க, M.K.Gandhi, The Bhagavadgita, Orient Paperbacks, 1980) *சாதிப் பாகுபாடுகள், தீண்டாமை ஆகியவற்றுக்கும் இந்து சமய நெறிகளுக்கும், அறங்களுக்கும், தொடர்பில்லை என்றும், வருணதருமம் மட்டுமே அம்மதம் சுட்டும் அறம் என்றும், அதுவும் கூட வேலை பிரிவினையைச் சார்ந்தெழுந்தது என்றும், மேல்–கீழ் குறிக்கும் வரையறையல்ல என்றும் கூறுவார்.* (தொ:59:25-6; அசோசியேடட் ப்ரெஸ்ஸுக்கு அளித்த பேட்டி, 14.2.1933) *பாவம் புரிதல், புரிந்த பாவத்துக்குப் பரிகாரம் தேடுதல், பகைவர்களிடமும் அன்பு செலுத்துதல் ஆகியன தொடர்பான சொல்லாடல்களை அவர் இளமையிலிருந்தே விரும்பிப் படித்த புதிய ஏற்பாடும், டால்ஸ்டாயின் எழுத்துகளும்தான் அவருக்கு அறிமுகப்படுத்தின என்றாலும் அவையுமே இந்து மதத்துக்குரிய அறங்கள்தான் என்பார்.* (பல சமயங்களில் புதிய ஏற்பாட்டையும் பகவத் கீதையையும் இணைந்த நூல்களாக அடையாளப்படுத்திப் பேசுவார். காண்க, தொ: 40:455, யாழ்ப்பாணத்தில் கிறிஸ்துவ சபைகளைச் சேர்ந்த ஊழியர்களுடன் உரையாடல், 27.11.1927) *புலனடக்கம் காத்தல், புலால் உண்ணாதல், கொல்லாமை முதலியவற்றைப் பற்றிய அவரது கருத்துகள் சமணம் பகரும் விழுமியங்கள் என்றாலும் இவற்றையுமே உயரிய இந்து இலட்சியங்களாகவே காந்தி அடையாளப்படுத்துவார்.* (சமண, பௌத்தக் கொள்கைகளின் சாரம் இந்து சமயக் கருத்துகளாக ஆக்கப்பட்டுள்ளதைச் சுட்டிக்காட்டிப் பேசுவார். காண்க, தொ:31:299-302, புத்த ஜெயந்தி அன்று கல்கத்தாவில் ஆற்றிய உரை, .5.1925) *ஆழ்ந்த இறைநம்பிக்கையினால் எதையும் சாதிக்க முடியும், எதிர்கொள்ளமுடியும் என்பதை இந்து பக்திமான்களுடைய வாழ்க்கையிலிருந்து தான் கற்றுக்கொண்டதாகக் கூறுவார். அதே மூச்சில் கடவுள் மேல் பாரத்தைப் போட்டு நம்பிக்கையுடனும் விசுவாசமாகவும் பொதுநலத்துக்குப் பாடுபடுவதென்பதன் தேவையை முஸ்லிம் சமயப் பற்றாளர்களின் தியாகமே தனக்கு உணர்த்தியது என்பார்.* (தொ:7:89; இந்தியன் ஒபினியன், 7.7.1907) *வைதீக இந்துமதம் வலியுறுத்திய பசு வழிபாடு, துளசிதாசரின் இராமாயணம் காட்டிய இலட்சிய உலகமான ராமராஜ்யம் ஆகியவற்றையும் உன்னதமானதாகக் கருதுவதும் அவரது வழக்கமாயிருந்தது.*

மேற்கண்ட விவரங்களிலிருந்து காந்தியின் இந்துமதம் ஒரு வினோதக் கலவை என்பது தெளிவாகும். இக்கலவைக்கு அடிப் படையாக இருந்த பல கூறுகளைத் தனது தென்னாப்பிரிக்க நாட்களின் போதே காந்தி இனங்கண்டிருந்தார். குறிப்பாகப் புலனடக்கம் காத்தல், பிரம்மச்சரியத்தை அனுசரித்தல் ஆகியனவற்றைக் குறித்து அவர் அக்காலத்திலிருந்தே பேசியும் எழுதியும் வந்தார். மானுட வாழ்க்கை என்பது, உடல்சார்ந்த வாழ்க்கையாக மட்டும் இருந்துவிட்டால் அதற்குரிய உள்ளார்ந்த மாண்பை அழிக்க வழிகோலும் வாழ்க்கையாகிவிடும் என்றும் அன்றுதொட்டே வாதிட்டார். (தொ:36:391; யங் இந்தியா, 21.10.1926)

தான் முக்கியமானதாகக் கருதிய ஆன்மீக உள்ளொளி என்பது தனிவாழ்க்கையை மட்டுமின்றி சமுதாய வாழ்க்கையையும் அரசியல் உலகையும் வழிநடத்தவல்லதாகவும் செயலாற்றலுடையதாகவும் உள்ளதைத் தான் மேற்கொண்ட பரிசோதனைகள் மூலம் அறிந்துகொண்டதாகவும் அவர் கூறினார். இத்தகைய உள்ளொளியைப் பெறவே தான் ஆசிரம வாழக்கையைத் தேர்ந்தெடுத்துக் கொண்டதாகவும் அவர் குறிப்பிட்டார். அன்றாட வாழ்க்கையினூடாக ஆன்மீகத்தை வளர்க்கவும் பொது வாழ்க்கைக்குரியதாக அதை மறுவரையறை செய்யவும் தென்னாப்பிரிக்காவிலும், பிறகு இந்தியாவிலும் அவர் நிறுவிய ஆசிரமங்கள் உதவின. காந்தியின் பரிசோதனைகளுக்கான களங்களாக அவை அமைந்தன. இந்த ஆசிரமங்களுக்கு முன்மாதிரிகளாகப் பல நிறுவனங்கள் அமைந்தன. காந்தி லண்டனில் வாழ்ந்த போதும் பிறகு அந்நகரில் சில மாதங்கள் தங்கியிருந்தபோதும் நூதனமான பரிசோதனைகள் சில அந்நகரில் நடத்தப்பட்டு வருவதைக் கவனித்திருந்தார். (இவை குறித்து தனது வாழ்க்கைக் குறிப்பான ‘சத்தியசோதனை’யில் விரிவாக எழுதியுள்ளார்) மரக்கறி உண்பதை ஒரு அரசியல் தத்துவமாகக் கொண்டு இங்கிலாந்தின் சில பகுதிகளில் இயங்கிய கூட்டு வாழ்க்கைக் குழாம்கள், லண்டன் மாநகரில் சோசலிஸ்டுகளும் அவர்களது ஆதரவாளர்களும் அமைத்துக்கொண்ட வித்தியாசமான வாழ்க்கை முறைகள் முதலியனவற்றைக் குறித்துத் தென்னாப்பிரிக்க இதழ்களில் எழுதினார். தென்னாப்பிரிக்காவில் அவருக்கு ஏற்கனவே

அறிமுகமாயிருந்த கத்தோலிக்கக் குருமார்களின் ஒரு பிரிவினர் தோற்றுவித்திருந்த "டிராப்பிஸ்ட்" சபையும் (தொ: 1:241-44; தி வெஜிடேரியன், 18.5.1895) அச்சபையோர் வாழ்ந்த கூட்டு வாழ்க்கையும் அவரை வெகுவாகக் கவர்ந்திருந்தது. தென்னாப் பிரிக்காவில் அவர் நிறுவிய முதல் ஆசிரமம் (அங்கிருந்த போது ஆசிரமம் என்ற சொல்லை அவர் பயன்படுத்தவில்லை, பண்ணை என்ற சொல்லைத்தான் கையாண்டார்) டிராப்பிஸ்டுகளின் பண்ணையை ஒத்ததாகவே இருந்தது. அவர் இந்தியாவுக்குத் திரும்பியவுடன் ஆரிய சமாஜ தலைவர்களில் ஒருவரான சுவாமி ஷ்ரத்தா நந்தா அமைத்திருந்த குருகுலத்தைப் பற்றி அறிந்தார். தானும் அதுபோல ஒன்றை அமைக்க விரும்பி, சபர்மதியில் தனது ஆசிரமத்தை நிறுவினார். பண்ணை என்று அதை அழைப்பதற்குப் பதில் "ஆசிரமம்" என்று குறிப்பிடத் தொடங்கினார்.

காந்தியின் இந்துமதமானது சத்திய சோதனைகளின் விளைவாக உருவானது மட்டுமல்ல – அவருடைய ஆன்மீகத் தேர்வுகள், அவர் வாழ்ந்து செயல்பட்ட சமுதாய, அரசியல் களங்களின் தன்மையை, உள்ளீட்டை மாற்றியமைத்தன, அல்லது குறைந்தபட்சம் அவற்றை மாற்றியமைக்க உதவின. தென்னாப்பிரிக்காவில் சட்டமறுப்பு இயக்கத்தைத் தொடங்குவதற்கு முன் தனது அரசியல் நோக்குநிலையை விளக்க அவர் ஆன்மீகச் சொல்லாடல்களையே கையாண்டார். ஆங்கில ஆட்சியை எதிர்ப்பதும் ஆங்கிலேயர்களை வெறுப்பதும் ஒன்றல்ல என்றார். தனக்குத் தீங்கு இழைத்தவரின் மனத்தை வெல்ல அவர் பால் நன்மை செய்வதையே தான் விரும்புவதாகவும் இதைத்தான் தனக்கு மிகவும் விருப்பமான 'புதிய ஏற்பாடும்' அறமாகப் போற்றுகிறது என்றார். (தென்னாப்பிரிக்காவில் வாழ்ந்த காலத்தில் ஆங்கில அரசு நடத்திய போர்களில் அவர்களுக்கு உதவியாக மருத்துவப் பணிகளைத் தான் மேற்கொண்டதை இவ்வாறே விளக்கினார்) எனவே, சட்டமறுப்பு என்பது வெறுப்பையும் கோபத்தையும் உமிழ்வதற்கான காரணமாக அமையக்கூடாது என்றும், அநீதியான சட்டங்களை எதிர்ப்பதன்மூலம் அதிகாரத்தில் உள்ளவர்களின் நீதியுணர்வைத் தட்டியெழுப்ப முடியுமென்றும், சட்டமறுப்பு செய்வதென்பது வெறும் அதிகார எதிர்ப்பென்று யாரும் நினைத்துவிட வேண்டாமென்றும்

அதனைப் புனிதச் சபதமாக ஏற்று அச் சபதம் நிறைவேறும் வரை அதிலிருந்து யாரும் பின் வாங்கக்கூடாது என்றார். அநீதியை எதிர்க்கத் தலைப்பட்ட போராளிகள் அனைவரும் தீரமும் தியாகமும் கொண்ட புனிதர்கள்தான். பிரகலாதன், சுதானவன் போன்ற இந்து பக்திமான்கள், வீரமரணத்தைத் தழுவிய இஸ்லாமிய பெரியவர்களான உறாசன், ஹுசைன் ஆகியோர், பிறர் புரிந்த பாவங்களின் சுமையை ஏற்று, அவர்கள் வாழச் சிலுவையேந்தி மடிந்த ஏசுநாதர் ஆகியோரைத் தென்னாப்பிரிக்கப் போராளிகள் பின்பற்ற வேண்டிய முன்மாதிரிகளாக அடையாளப்படுத்தினார். ஆன்மீகவுணர்வை முன்னிலைப்படுத்தாமல் செயல்பட்டாலும் பெண்களுக்காக ஒட்டுரிமை வேண்டி அகிம்சாமுறையில் போராடும் ஆங்கில ஓட்டுரிமை இயக்கத்தவர்களும் புனிதப் போராளிகள்தான் என்றும் குறிப்பிட்டார். (தொ:8:29; இந்தியன் ஒபினியன், 28.12.1907)

தென்னாப்பிரிக்காவில் உதயமான இச்சட்டமறுப்புப் போராட்டங்களைத்தான் 'சத்தியாகிரக'ங்களாகக் காந்தி அடையாளப்படுத்தினார். 1915இல் இந்தியாவுக்குத் திரும்பிய பிறகு இச்சத்தியாகிரகத்தை வேறு சூழ்நிலைமைகளிலும் தளங்களிலும் அவர் மேற்கொள்ளலானார். லாலா லஜபதிராய் போன்ற தீவிரவாதத் தேசியவாதிகள் காந்தியின் சத்தியாகிரகக் கொள்கையைப் பகிரங்கமாகவே எதிர்த்தனர். (காண்க, தி மாடர்ன் ரெவ்யூ, ஜூலை 1916,ப. 19-21 (தொ: 15:516-18) சமணமும் பௌத்தமும் சில இந்து ஆன்மீக மரபுகளும் போதித்த அகிம்சைதருமம்தான் இந்தியர்களைப் பயங்கொள்ளிகளாக்கியுள்ளன என்றும் இந்தியாவை பலவீனப்படுத்தியுள்ளன என்றும், அந்நியர் ஆட்சிக்கும் வழிவகுத்தன என்றும் லஜபதிராய் வாதிட்டார். உடல் வலிமையும் நெஞ்சுரமும் கூடிய இந்தியர்களால்தான் ஆங்கிலேயர்களை எதிர்க்க முடியும் என்றும் அன்பும் அருளும் வேண்டி நிற்கும் சத்தியாகிரகியினால் இதைச் செய்ய முடியாது என்றும் லாலா லஜபதிராய் கூறினார்.

காந்தி லஜபதிராயின் வாதங்களை ஏற்கவில்லை. அகிம்சையை வலியுறுத்தும் சமணம், பௌத்தம் முதலியவற்றையும் வேதகால இந்து மதத்தையும் பின்பற்றுபவர்கள் ஒரு நாளும் பயந்து ஓடமாட்டார்கள்

என்றும், இம்மரபுகள் காட்டும் வழியானது பயத்தை ஆதாரமாகக் கொண்டதல்ல என்றும், மாறாகப் பயமின்மையை, மனோதிடத்தை வலியுறுத்துவதாகும் என்றார். மேலும் வன்முறை பேணும் எல்லோரும் வீரர்கள் அல்லர் என்றும், அவர்கள் மனத்திலுள்ள இயலாமையுணர்வும் கோழைத்தனமும்தான் அவர்களை ஆயுதமேந்த வைக்கின்றன என்றும், ஆயுதங்கள் இன்றி, தூயமனத்துடனும் ஆன்மீகத் தெளிவுடனும் எதேச்சதிகாரத்தை எதிர்க்கத் துணியும் எளிய சத்தியாகிரகிகளும் வீரர்கள்தான் என்றும் காந்தி பதிலுரைத்தார். (தொ:15:251-54; தி மாடர்ன் ரெவ்யூ, / அக்டோபர் 1926)

தீவிரவாதத் தேசியம் வலியுறுத்திய வாதங்களுக்கும் அது முன்நிறுத்திய வன்முறை அரசியலுக்கும் எதிர்வினையாகவே காந்தியின் சத்தியாகிரக வழிமுறைகள் அமைந்தன. தீவிரவாதத் தேசியமானது அது எதிர்க்கும் ஆங்கில அதிகாரத்தின் மறுபக்கமே தவிர வேறல்ல என்பதே காந்தியின் வாதமாக இருந்தது. 1915இல் பேசிய பொதுக்கூட்டம் ஒன்றில் திலகரின் அரசியலை இந்த வாதத்தின் அடிப்படையிலேயே விமர்சித்தார். ஆங்கில அரசு பேணும் அதிகாரத்தையும் பலத்தையும் ஒத்த பலத்தையும் அதிகாரத்தையும் இந்தியர்கள் பெற்றிருக்க வேண்டுமென்று திலகர் போன்றவர்கள் விரும்புவதாகவும், தான் அவ்வழியைப் பின்பற்ற விரும்பவில்லை என்றும், ஆன்மபலமும் அன்பும் தான் இந்தியப் பண்பாட்டு மரபுகளுக்குரிய அறங்களாகும் என்றும் காந்தி அக்கூட்டத்தில் கருத்துரைத்தார். (தொ:16:340; ஆசிரமத்தில் நடந்த பிரார்த்தனைக் கூட்டத்தில் பேசியது, 17.3.1918)

சத்தியாகிரகம் தொடர்பான காந்தியின் சொல்லாடல்கள் அரசியலுக்கும் ஆன்மீகத்துக்கும் இடையே புதியதொரு உறவை வரையறுத்தன. நன்னடத்தையும், வன்முறை மறுப்பும் ஆத்மத்தெளிவும் அரசியல் செயல்பாட்டுக்கு அடிப்படைகளாயின; அரசியலோ காந்தி 'மெய்' என்று கருதியவற்றைப் பரிசோதித்துப் பார்த்தறிய உதவும் களமானது.

வரலாற்றுச் சூழ்நிலைமைகளைப் பொறுத்துதான் அவரது ஆன்மீகம் குறிப்பிட்ட பண்புகளைப் பெற்றது என்பதையும் இங்கு குறிப்பிட வேண்டும். 1919 முதல் 1924ஆம் ஆண்டு

வரை இந்து முஸ்லிம் ஒற்றுமை பிரச்சினையானது காந்தியின் கவனத்தை ஆட்கொண்டது. ஆன்மீக அடையாளங்களின் அடிப்படையில் அரசியல், சமுதாய இணைவை அவர் வென்றெடுக்க நினைத்தது இக்காலக்கட்டத்தில்தான். 1925 முதல் 1932 வரையிலான காலகட்டத்தில் அவர் கதர் இயக்கம், தீண்டாமையொழிப்பு, மதுபான எதிர்ப்பு முதலியவற்றை மையப்படுத்தி குடிமைச்சமுதாய வாழ்வில் சில மாற்றங்களை சாதிக்க முனைந்தார். அவர் அடைய நினைத்த இம்மாற்றங்களை ஆன்மீக கடமைகளாகவும் தவமாகவும் சமுதாயம் அறிய வேண்டும் என்பதற்காகக் கருத்தியல் ரீதியான பிரச்சாரங்களைச் செய்து வந்தார், கதர் இயக்கம், கிராமத் தொழில்கள் முதலியற்றைச் செயலளவிலும் அணுகினார். 1932 முதல் 1936ஆம் ஆண்டு வரையிலான கால கட்டத்தில் அவர் மேற்கொண்ட 'அரிசன சேவை'க்கு இந்து சமய நெறிகளிலிருந்து நியாயங்களை தெரிந்தெடுத்துக் கொண்டாலும் இவ்வாண்டுகளில் கிறிஸ்துவம் தொடர்பான சொல்லாடல்கள் தான் காந்தியின் கற்பனையை ஆட்கொண்டிருந்தன. 1930களில் இறுதி ஆண்டுகள் முதல் 1948ஆம் ஆண்டு வரையிலான காலத்தில் சமய நல்லிணக்கம், தேச ஒற்றுமை ஆகியவற்றை இணைத்து அவர் வென்றெடுக்க நினைத்த இந்திய தேசியம் சமயத்துக்கும் சமுதாயத்துக்கும் இடையே நிலவிய, நிலவத்தக்க உறவுகளைக் குறித்த வாதமாக விரிந்தது. அவ்வாறே செயலளவிலும் தன்னை வெளிபடுத்திக்கொண்டது.

1919ஆம் ஆண்டு இயற்றப்பட்ட, கொடூரமான, ஜனநாயகத்தை முற்றிலும் மறுக்கும் சட்டங்களாக விளங்கிய ரவுலட் சட்டங்களை எதிர்த்துக் காந்தி ஒத்துழையாமை இயக்கத்தைத் தொடங்கினார். 'வேதனையார்ந்த அன்பின்' விளைவாக எழும்பிய இந்த இயக்கத்தை நாட்டு ஒற்றுமையை ஏற்படுத்தவல்லதாக ஆக்கவும் அவர் விரும்பினார். இந்து – முஸ்லிம் வகுப்பாரிடையே பரஸ்பர நட்பும் நம்பிக்கையும் தொடர்ந்து நிலவாவிட்டால் அரசதிகாரத்தை எளிதில் அசைக்கமுடியாது என்றும், நாட்டு ஒற்றுமையை நிறுவாவிட்டால் நாட்டு விடுதலையை, சுயராஜ்யத்தை நோக்கிப் பயணிக்க முடியாது என்றும் அவர் வாதிட்டார்.

*19*ஆம் நூற்றாண்டின் இறுதி ஆண்டுகள் தொட்டே இந்து முஸ்லிம் உறவுகளில் வன்மமும் சகிப்பின்மையும் கூடியிருந்தது. ஒத்துழையாமை இயக்கம் தொடங்கிய காலகட்டத்தில் இவ்வுறவுகள் இணக்கமான வையாக இல்லை. இந்தியத் துணைக்கண்டத்தின் வட மாநிலங்களில், குறிப்பாக ஐக்கிய மாகாணத்திலும் பஞ்சாபிலும் இரு சமூகங்களுக்கும் இடையிலான உறவு நாளுக்குநாள் மோசமடைந்து வந்து கொண்டிருந்தது. பல ஆண்டுகளாக இப்பகுதிகளில் நிகழ்த்தப்பட்டு வந்த ஆரிய சமாஜத்தின் முஸ்லிம் விரோத பிரச்சாரமும், இதற்கு எதிர்வினையாக தோன்றியிருந்த இஸ்லாமிய நெறிகளை முன்நிறுத்திய பிரச்சாரமும் இரு வகுப்பாரிடையே மாபெரும் கருத்தியல் போரைத் தோற்றுவித்திருந்தது.

இந்து முஸ்லிம் பிரச்சனைகளும் முரண்பாடுகளும் கருத்தியல் வாதங்களாக, கருத்துப்போர்களாக, கலவரங்களாக வெளிபட்டது உண்மைதான் என்றாலும், இவற்றுக்கான வலுவான பொருளாயுத அடிப்படைகள் இருக்கவே செய்தன. பஞ்சாபிலும் ஐக்கிய மகாணங்களின் மேற்கு பகுதிகளிலும் இந்து நிலவுடைமையாளர்களின் கீழ் முஸ்லிம் குடியானவர்களும், குத்தகைக்காரர்களும் அல்லலுற்றனர். இம்மாகாணத்தின் கிழக்குப் பகுதியிலோ முஸ்லிம் சமீந்தார்களின் ஒடுக்குமுறையை இந்து குத்தகைகாரர்களும் விவசாய தொழிலாளிகளும் தினம் தினம் சந்திக்க வேண்டி யிருந்தது. ஏழை முஸ்லிம்களையும் இந்துக்களையும் இந்து லேவாதேவிக்காரர்கள் ஆட்டிப்படைத்து வந்தனர். (காண்க : Summit Sarkar, Modem India, Macmillan, 1999, ப.233-37)

இந்தக் காலக்கட்டத்தில் உலகளாவிய முஸ்லிம் சமுதாயத்தில் நிகழ்ந்து கொண்டிருந்த மாற்றங்களுக்கும் அச்சமுதாயம் ஈடுகொடுக்க வேண்டியிருந்தது. முதலாம் உலகப்போர் முடிந்தவுடன் துருக்கிய சாம்ராஜ்யத்தை ஆங்கிலேயர்கள் கைப்பற்றினர். 'காலீப்' என்று அழைக்கப்பட்ட துருக்கிய மன்னரின் அதிகாரத்தை அவர்கள் அவரிடமிருந்து களவாடியதுடன் அவரை அவமானப்படுத்தவும் செய்தனர். இஸ்லாமிய சமுதாயங்களில் சில, இந்த காலீஃபைதான் சர்வதேச முஸ்லிம் சமுதாயத்தின் காப்பாளராகவும், தார்மீக

தலைவராகவும் கருதின. அவருக்கு நேர்ந்த அவமானமானது இஸ்லாமுக்கும் முஸ்லிம் மக்களுக்கும் இழைக்கப்பட்ட அவமானமாக அடையாளப்படுத்தப்பட்டது. துருக்கியை பொறுத்தவரை, இந்த வாதம் வெகுவாக எடுபடவில்லை என்பது குறிப்பிடத்தக்கது. மன்னராட்சி ஒழிந்ததைப் பெரும்பாலான துருக்கியர்கள் வரவேற்றனர். முஸ்தஃபா கமால் எனப்பட்ட கமால் பாட்சாவின் தலைமையில் துருக்கியக் குடியரசு ஒன்று அமைய வேண்டும் என்றே அம்மக்கள் விரும்பினர்.) (காண்க: Hamza Alavi, Ironies of History: Contradictions of The Khilafat Movement, Ourworld.compuserve.com/ homepages/sangat/khiltt.htm) இந்தியத் துணைக்கண்டத்தில் சில இஸ்லாமிய முகவர்களும் அறிவாளர்களும் துருக்கிய காலீஃபுக்கு ஏற்பட்ட துர்க்கதியை எண்ணிக் கலவரமுற்றனர். அவர்களில் முக்கியமானவர்கள் முகமத் அலி, ஷவுகத் அலி என்ற சகோதரர்கள்தான். ஆங்கில அரசு துருக்கிய காலீஃபை நடத்திய விதத்தை விமர்சித்து இச்சகோதரர்கள் பிரச்சாரம் செய்து வந்தனர். இஸ்லாமியர்களின் நம்பிக்கையை மதியாது அவர்களது மனத்தை அவ்வரசு புண்படுத்திவருவதாகவும் கூறினர். காந்தி, அலி சகோதரர்களின் வாதங்களால் ஈர்க்கப்பட்டார். கிலாஃபத், அல்லது காலீஃபின் அதிகாரம் தொடர்பாக நடந்து வந்த பிரச்சாரத்தை ஒத்துழையாமை இயக்கப் பிரச்சாரங்களுடன் இணைத்துக்கொண்டார். அலி சகோதரர்கள் முழங்கிய மேடைகளில் அவரும் தோன்றினார்.

இந்து – முஸ்லிம் நல்லுறவைப் பாதிப்பதாகக் கருதப்பட்ட இரு விஷயங்களைப் பற்றியும் பொது மேடைகளில் விவாதிக்கத் தொடங்கினார். முஸ்லிம்கள் பசுக்களை வதைப்பதை நிறுத்தினால்தான் அவர்களுடன் நல்லுறவு வைத்துக்கொள்ள முடியுமென்று இந்துக்களும், பள்ளிவாசல்களில் தொழுகை நடக்கையில் அதை அவமதித்தும், அதைக் கலைக்கும் வகையிலும் இந்துக்கள் ஆரவாரமாக வாத்தியமிசைத்துக் கொட்டடித்துச் செல்வதை நிறுத்தினால்தான் முஸ்லிம்கள் அவர்களுடன் உறவாட முன்வருவரென்று முஸ்லிம்களும் ஆவேசமாகப் பேசி வந்ததைக் காந்தி கண்டித்தார். (தொ:21:209-10, நவஜீவன், 29.8.1920) ஆனால் இந்துக்களை நோக்கியே தனது வாதங்களை முன்வைத்தார்.

நாட்டு ஒற்றுமையின் பொருட்டு இந்துக்கள் கிலாஃபத் இயக்கத்தை ஆதரிக்க வேண்டுமென்றும், பசுவதை தடுக்கப் பட்டால்தான் இதைச் செய்வோம் என்று கூறுவது முறையற்ற வாதம் என்றும் கூறினார். பசுவதையைத் தடுப்பதென்பது ஒவ்வொரு இந்துவின் கடமை என்பதைத் தான் அங்கீகரித்தாலும், இதற்காக முஸ்லிம்களை ஏசுவதும், சந்தைகளில் அவர்கள் வாங்கியுள்ள மாடுகளை அவர்களிடமிருந்து பிடுங்கப் பார்ப்பதும், சில நேரங்களில் அவர்களுடன் அடிதடி மோதல்களில் இறங்குவதுமான செயல்களைத் தன்னால் ஏற்றுக்கொள்ள முடியாது என்றார். முஸ்லிம்கள் மாட்டுக்கறி உண்பதைத் தடுப்பதும், சக இந்துக்கள் அசைவ உணவை உண்பதைத் தடுத்து நிறுத்துவதுமான செயல்கள் இந்துக்களுக்குப் பெருமை சேர்ப்பவையல்ல என்றும், தமது நன்னடத்தை மூலமும் வாழ்க்கை முறையின் மூலமும் மரக்கறி உண்பதன் உன்னதத்தை நிறுவ இந்துக்கள் முயற்சி செய்ய வேண்டும். தாங்கள் முன்மாதிரிகளாக இருந்து அசைவம் உண்போரது மனத்தை மாற்ற வேண்டும் என்றும் அவர் வாதிட்டார். மேலும், கத்தியைக் காட்டி மிரட்டி எதையும் சாதிக்க முடியாது என்றும், ஒரு முஸ்லிமின் உயிரைவிட ஒரு பசுவின் உயிரை முக்கியமானதாக நினைக்கும் மனநிலை மாற வேண்டுமென்றும், பசுக்கள் கொல்லப்படுவதைத் தடுக்க நினைப்போர் அமைதியாக எதிர்ப்பு தெரிவித்து தம் உயிரைக் கொடுத்தேனும் பசுக்களைக் காப்பாற்றுவதை வேண்டுமானால் செய்யலாமேயொழிய முஸ்லிம்களை அடிக்கவோ கொல்லவோ கூடாது என்றார்.(தொ:23:163-64; யங் இந்தியா: 18.5.1921)

இந்துக்கள் தங்கள் நடத்தையை மாற்றிக்கொள்ள வேண்டும், முஸ்லிம்களின் அன்புக்குப் பாத்திரமாகும்படி நடந்துகொள்ள வேண்டும் என்று காந்தி கூறியது இந்துக்கள் பலருக்கு எரிச்சலூட்டியது. மறு புறமோ முகமத் அலி, ஜின்னா போன்றவர்களுக்கு காந்தி கிலாஃபத் இயக்கத்தை ஆதரித்தது பிடிக்கவில்லை. முஸ்லிம் சமயத் தலைவர்கள் அரசியலில் தலை யிடுவதற்கும் பழைமை பேணும் கருத்துகளை நவீனவாழ்வில்

அவர்கள் புகுத்துவதற்கும் கிலாபஃத் இயக்கம் வழிவகுக்குமே தவிர, நவீன, பகுத்தறிவார்ந்த சமுதாயத்துக்கு முஸ்லிம்களை இட்டுச் செல்ல உதவாதென்று ஜின்னா கருத்துரைத்தார். காந்தியின் கருத்துகள் முரண்களற்றவையாக இருக்கவில்லை. தீவிர இந்துக்களை அவர் விமர்சித்தபோதிலும் அவர்களது நிலைப்பாட்டுக்கு ஆதாரமாக வாய்த்திருந்த வாதங்களுக்கும் கருத்துகளுக்கும் இவரது தர்க்கமும் உடன்பட்டு இருந்தது. முஸ்லிம்கள் முரடர்கள், இந்துக்கள் சாதுவானவர்கள் என்ற கருத்தை அவர் மறுதலிக்கவில்லை. 'முரடர்களா'ன முஸ்லிம்களைத் தமது நன்னடத்தையின் மூலம் 'சாதுவான' இந்துக்கள் எதிர்கொள்ள வேண்டும் என்றும், இந்துக்களும் முரடர்களாக ஆகிவிடக்கூடாது என்ற தர்க்கம் இந்துக்களை நோக்கிச் சொல்லப்பட்ட உபதேசங்களில் இழையோடவே செய்தது.

இந்து – முஸ்லிம் பிரச்சினையின் பொருண்மையான அடிப்படைகளை ஆராயவும் சமயவுணர்வுக்கும் சமூக நிலைமைகளுக்கும் இடையிலான சிக்கலான உறவின் பல்வேறு அடிப்படைகளை அறியவும் காந்தி தலைப்படவில்லை. 1921இல் மலபார் மாகாணத்தில் வெடித்த மோப்ளா கலகத்தை அந்தப் பகுதியில் நிலவிய உடைமையுறவுகளுடன் இணைத்துப் பார்க்காது இந்து முஸ்லிம் கலவரமாகவே அவர் அடையாளப்படுத்தினார். ஆனால், அதேசமயம் இக்கலவரத்தை முன்னிட்டு அன்று பலர் முன்வைத்த முஸ்லிம் விரோதக் கருத்துகளை அவர் எதிர்த்தார் என்பதும் குறிப்பிடத்தக்கது. (தொ:24:325-26; நவஜீவன், 25.9.1921)

1922இல் காந்தி கைதானார். அதற்கு முன்பே ஒத்துழையாமை இயக்கம் கைவிடப்பட்டிருந்தது. 1922–25ஆம் ஆண்டுகளில் நாடெங்கிலும் பயங்கரமான இந்து முஸ்லிம் கலவரங்கள் வெடித்தன. 1924இல் சிறையிலிருந்து விடுவிக்கப்பட்ட காந்தியின் மனத்தை இக்கலவரங்கள் வெகுவாகப் பாதித்தன. முஸ்லிம்கள்பால் அவர் பாராட்டிய நட்புக்கும் காட்டிய கருணைக்கும் தக்க பரிசு கிடைத்திருப்பதாகவும், அவர் கொடுத்த நம்பிக்கையில்தான் முஸ்லிம்கள் அடாவடித்தனம் செய்யத்

துணிந்ததாகவும் பல இந்து குழுக்கள் அவர்மீது குற்றம் சுமத்தின. இக்காலகட்டத்தில் நடந்த கலவரங்களை காந்தி விமர்சிக்கவே செய்தார். ஆரிய சமாஜத்தினரின் பிரச்சாரமும் அவர்கள் ஆரவாரமாக மேற்கொண்ட "சுத்தி" சடங்குகளும் – வேறு மதத்துக்கு மாறியிருந்த இந்துக்களை அதிலிருந்து மீட்டு, "சுத்தப்" படுத்தி மீண்டும் இந்துவாக ஆக்கும் சடங்குகளும் – இவற்றுக்கு எதிர்வினையாகத் தோன்றிய முஸ்லிம்களின் மதமாற்றம் தொடர்பான பிரச்சாரமும்தான் கலவரங்களுக்குக் காரணமாக இருந்துள்ளன என்று அவர் வாதிட்டார். (தொ:28:56-8; யங் இந்தியா, 29.5.1924)

குல்பர்கா, கோஹத் போன்ற இடங்களில் இந்துக் கோயில்கள் அலங்கோலப்படுத்தப்பட்டதையும் இந்துக்கள் கொல்லப்பட்டதையும் அவர் வருத்தத்துடன் கண்டித்தார். இந்துக்கள், முஸ்லிம்கள்பால் நட்பு பாராட்ட வேண்டும் என்றும், அவ்வாறு செய்தால் அவர்களது நம்பிக்கையைப் பெறலாம் என்ற ரீதியில் வழக்கமாகத் தான் தரும் உத்திரவாதத்தை இனியும் தன்னால் தொடர்ந்து அளிக்க முடியாது என்றார். கோயில்களை அழிப்பதோ, மசூதிகளை அவமதிப்பதோ அத்தகைய செயல்களை மேற்கொள்வோரது சமயப்பற்றுக்குப் பெருமை பெற்றுத்தரக்கூடிய செயல்கள் அல்ல என்றும், இந்துக்களும் முஸ்லிம்களும் ஒருவரது சமயக் கருத்துகளை மற்றவர் சகித்துக் கொள்வதை–அக்கருத்துகளை ஏற்க முடியாமல் போனாலும் அவற்றைச் சகித்துக் கொள்வதை– தத்தம் சமயத்துக்குரிய உள்ளார்ந்த அறமாகக் கொள்ளவேண்டும் என்று காந்தி கூறினார். (தொ:29148-49; யங் இந்தியா, 28.8.1924)

காந்தியினுடைய வாதங்கள் எடுபடவில்லை – இந்துத் தலைவர்களும் அமைப்புகளும் அவர் கூறியவற்றைப் பரிசீலிக்க, விவாதிக்க முன்வரவில்லை. முஸ்லிம்களும் அவர் கூறியவற்றைச் சட்டை செய்யவில்லை. இனி தான் செய்யக்கூடியது எதுவுமில்லை என்று கூறி காந்தி உண்ணாவிரதம் மேற்கொண்டார். தான் கடைப்பிடித்து வரும் அகிம்சை முழுமையை – அடையவில்லை என்று அவர் மனம் வெதும்பினார். மனத்தை நிர்மலமாக்கும் வகையில் உண்ணா நோன்பு மேற்கொண்டுள்ளதாகக் கூறினார்.

உண்ணாவிரதமும் பலிக்கவில்லை. வன்முறை தொடர்ந்தது. உண்ணாவிரதத்தை முடித்துக்கொண்டு காந்தி மீண்டுமொரு சோதனைக்குத் தன்னைத் தயார்படுத்திக்கொண்டார். 150க்கு மேற்பட்ட இந்துக்கள் இறந்துபோன கோஹட்டுக்கு, அலி சகோதரர்களுடன் சென்றார். அங்கு நடந்தவற்றைக் குறித்து எந்தவித ஒருமித்த கருத்துக்கும் அவர்களால் வரமுடியவில்லை. பிரச்சனையைத் தன்னால் வென்றெடுக்க முடியாததை உணர்ந்தவராய்க் காந்தி அக்களத்திலிருந்து பின் வாங்கினார். தான் வளர்ச்சிப் பணிகளில் ஈடுபடப்போவதாக அறிவித்தார்– இந்திய மக்களின் ஆன்மீக வளர்ச்சி கைகூடிவர வேண்டுமானால், அகிம்சை உண்மையிலேயே வாழ்க்கை நெறியாக மாற வேண்டுமானால், அவர்களது மனத்தை விசாலப்படுத்தக்கூடிய, தூய்மைப்படுத்தக்கூடிய ஆக்கப்பூர்வமான பணிகளில் அவர்களை ஈடுபடுத்த வேண்டும் என்றும், இதையே தான் செய்ய விரும்புவதாகவும் கூறினார்.

1925இல் தொடங்கி 1929 வரை அவர் தீவிர கதர்ப் பிரச்சாரம் மேற்கொண்டார்; தீண்டாமையொழிப்பு குறித்தும் அவ்வப்போது பேசி வந்தார். ஆனால் இந்து – முஸ்லிம் பிரச்சனையைக் குறித்து ஒருவித மௌனம் சாதித்து வந்தார். வன்மமும் வெறுப்பும் மக்கள் மனத் திலிருந்து நீங்கினாலொழிய பரஸ்பர அன்பும் ஒற்றுமையும் சாத்தியமில்லை என்றுமட்டும் கூறினார். அதே சமயம் இப்பிரச்சனையைக் குறித்து காங்கிரஸ் தலைவர்கள் மேற்கொண்ட முடிவுகளையும் கவனித்து வந்தார். முஸ்லிம் மக்களுக்குரிய அரசியலுரிமைகள், குறிப்பாக வகுப்புரிமை, அவர்களுக்கு வழங்கப்படுமேயானால் அவர்களது அரசியல் பலமும், சமூகத் தகுதியும் நம்பிக்கையும் உறுதிப்படும் என்று முஸ்லிம் தலைவர்கள் சிலர் வாதிட்டனர். காங்கிரஸ் தலைவர்களும் இது குறித்து விவாதிக்க முன்வந்தனர், ஆனால் முஸ்லிம் தலைவர்கள் கோரிக்கைகளை அவர்கள் உள்ளவாறே ஏற்க மறுத்தனர். இதனால் ஜின்னா போன்ற தலைவர்கள் காங்கிரஸ் கட்சியின் நேர்மையைச் சந்தேகித்து வந்தனர், அக்கட்சி இந்துக்களின் மேலாண்மையை நிறுவ விரும்புவதாகக் குற்றம் சாட்டினர். (காண்க: Summit Sarkar, ப. 262-63)

காந்தி காங்கிரஸ் கட்சியின் அரசியல் முடிவுகளுக்குத் தனது ஆதரவைத் தெரிவித்தபோதிலும், இந்து முஸ்லிம் பிரச்சனைக்கான உண்மையான தீர்வை மக்களது மனங்களில்தான் கட்டியெழுப்ப வேண்டுமென்று தொடர்ந்து வற்புறுத்தி வந்தார். அதேசமயம் தனது அக்கறைகளை யாரும் பெரிதாக எடுத்துக்கொள்ள மாட்டார்கள் என்பதையும் அறிந்திருந்தார்.

1929-30 ஆம் ஆண்டு காலகட்டத்தில் இந்து-முஸ்லிம் ஒற்றுமை, சமன்பாடு குறித்த விவாதத்திலும் அவ்விவாதத்தை ஆதாரமாகக் கொண்டு விரிந்த அரசியல் செயல்பாட்டிலும் எந்தவொரு தீர்மானகரமான முடிவும் ஏற்படாத சூழ்நிலையில் காந்தியும் செய்வதறியாது தவித்தார். பொதுவாகவே இந்தக் காலகட்டத்தில் அரசியல் சமுதாயத் தளங்களில் மன நிறைவின்மையும், ஆத்திரமும், புரட்சி கோஷங்களும், எழுச்சி நடவடிக்கைகளும் நிறைந்திருந்தன. மக்களின் ஆவேசமும், நீதியுணர்வும் வன்முறையான வெளிபாடுகளைத் தேடியலைந்த இந்தக் கால இணைவில் காந்தி மிக விசித்திரமானதொரு போராட்டத்தை அறிவித்தார். அதுதான் உப்புப் போர். இந்து முஸ்லிம் பிரச்சனைக்குரிய உள்ளார்ந்த முரண்பாடுகள் வன்மமான வகையில் வெளிபடக் காத்திருந்த இந்தத் தருணத்தை அகிம்சா வழிப் போராட்டத்துக்கான தருணமாக காந்தி உருமாற்றினார். கலவரங்கள் ஏற்படாமல் தடுத்தார். ஆனால் முஸ்லிம்கள் தொடர்ந்து காங்கிரஸ் கட்சியிலிருந்தும், பொது அரசியல் வாழ்விலிருந்தும் அந்நியப்பட்டுப் போவதை அவரால் தடுத்து நிறுத்த முடியவில்லை. 1930களின் இறுதி ஆண்டுகளில்தான் அந்த அந்நியமாதலின் வீச்சையும் ஆழத்தையும் வலிமையையும் அவர் உணர்ந்தார்.

ஆனால் 1930களின் முதல், நடு ஆண்டுகளில் அவரது மனத்தைக் கிறிஸ்துவமும் விவிலியச் சொல்லாடல்களுமே ஆட்கொண்டிருந்தன. முஸ்லிம்கள், இஸ்லாம் குறித்த அவரது அக்கறைகள் அவரது மனத்தைவிட்டு அகலவில்லை என்றாலும் அவை குறித்து திட்டவட்டமாக எதையும் செய்ய அவர் முன்வரவில்லை. கிறிஸ்துவத்திற்கும் காந்திக்கும் இருந்த உறவானது மிகப் பழைய உறவாகும். இலண்டனில் அவர் படித்துவந்த போதும், பிறகு தென்னாப்பிரிக்காவில் வாழ்ந்த

காலகட்டத்திலும் அவரது மனத்தையும் கற்பனையையும் கிறிஸ்தவ சமயச் சார்பிலிருந்து எழுதப்பட்ட நூல்களும் அந்நூல்களின் உள்ளீட்டைத் தீர்மானித்த கிறிஸ்துவ மெய்ஞான மரபுகளும்தான் ஆட்கொண்டிருந்தன. ஜான் பன்யனின் 'இரட்சணிய யாத்திரிகன்', தாமஸ் ஆ கெம்ப்பிஸின் 'கிறிஸ்துவைப் பின்பற்றி வாழ்தல்', டால்ஸ்டாயின் எழுத்துகள், ரஸ்கினின் சமூக விமர்சனம் – ஆகியவை காந்தி படித்து ரசித்தவை. இவ்வனைத்து நூல்களுமே கிறிஸ்துவின் வாழக்கை, அவர் போதித்த அன்பு, கருணை முதலியவற்றைக் குறித்து நேரடியாகவும் சூட்சுமமாகவும் நயமாகவும் பேசின. தென்னாப்பிரிக்காவைச் சேர்ந்த சில கிறிஸ்துவ துறவிமார்களும் தலைவர்களும் அவருக்கு நண்பர்களாக யிருந்தனர். அவர்களுடைய பொறுப்பான, தன்னலமற்ற வாழக்கையைக் காந்தி மிகவும் மதித்தார். 1915இல் இந்தியாவுக்கு அவர் திரும்பிய பிறகும் கிறிஸ்துவத்தின் இதமான அரவணைப்பிலிருந்து நீங்க அவர் விரும்பவில்லை. 1915 – 18ஆம் ஆண்டுகளில் அவர் பேசிய பேச்சுகள், வெளி யிட்ட கட்டுரைகள் ஆகியவற்றில் தெய்வ அருள் பெறுதல், பாவத்துக்குப் பரிகாரம் தேடுதல், பிறரது துயரம் களைதல் முதலியவை குறித்த வாசகங்கள் இடம் பெற்றிருந்தன. (தொ: 15:274-279; அலஹாபாத் கல்லூரி ஒன்றில் பேசியது, 22.12.1916) குறிப்பாகத் தாழ்த்தப்பட்டோர் குறித்து பேசுகையில் அவர்கள் நலம் பொருட்டு கிறிஸ்துவத் துறவிமார்களும் ஊழியர்களும் ஆற்றிய சேவையை இந்துக்கள் குறைகூறக்கூடாது என்றும், அவர்களது பணி நடைபெறாதிருந்தால் தாழ்த்தப்பட்டவரது வாழ்க்கை இன்னமுமே மோசமானதாக இருந்திருக்கும் என்றும் 1920களில் தென்னிந்தியாவில் அவர் கலந்து கொண்ட பல கூட்டங்களில் பேசினார். (குறிப்பாகத் தென்தமிழகத்திலும் கேரளத்திலும் இதுபோன்ற கருத்துகளை விரிவாகப் பேசினார்) இதே கால கட்டத்தில் மதப்பற்று, மதம் மாறுதல் பற்றி பல்வேறு விதமான கிறிஸ்துவச் சபையோருடன் விவாதித்தும் பேசியும் வந்தார். கிறிஸ்துவின் பணியை உண்மையாகவே செய்ய விரும்புவோர், அப்பணியைக் காரணமாகக் காட்டி ஏழை இந்துக்களை மதம் மாறச் சொல்லி வற்புறுத்தக்கூடாது என்றும் கூறி வந்தார். மதமாற்றம் என்பது உணர்வுபூர்வமாக மேற்கொள்ளப்படும்

ஆன்மீகத் தேர்வாக இருக்குமானால் தன்னால் அதை ஏற்றுக்கொள்ள முடியுமென்றும், அவ்வாறு இல்லாமல் பிறரது வற்புறுத்தல், தூண்டுதல் ஆகியவற்றின் காரணமாக ஒருவர் மதம் மாறுவதைத் தன்னால் ஏற்றுகொள்ள முடியாது என்றும் வாதிட்டார். அதே சமயம் கிறிஸ்துவச் சமயத்தின் உன்னதத்தைத் தான் ஒரு போதும் சந்தேகித்ததில்லை என்றும், கிறிஸ்துவை உலகின் மிகப்பெரும் ஆசான்களில் ஒருவராகத் தான் கருதுவதாகவும் கூறிவந்தார். (தொ:40:466; யாழ்ப்பாணப் பொதுக்கூட்டத்தில் பேசியது, 29.11.1927)

*1935*இல் கிறிஸ்தவம், மதமாற்றம், ஆன்மீக வளர்ச்சி ஆகியன குறித்து காந்தி விரிவாகப் பேசவும் விவாதிக்கவும் வேண்டியிருந்தது. இந்த ஆண்டில்தான் இந்து மதத்தைத் தான் துறக்க விரும்புவதாக டாக்டர் அம்பேத்கர் அறி வித்தார். ஏனைய மதங்களைச் சேர்ந்தவர்கள் அவரைத் தங்களுக்குரியவராக ஆக்கிக்கொள்ள முன்வந்தனர். இந்துத் தலைவர்களும் அமைப்புகளும் குறிப்பாக இந்து மகாசபை போன்ற அமைப்புகளும் ஊழியர்களும் அவர் இந்துவாகவே இருக்க வேண்டும் என்று கோரிக்கை விடுத்தனர். காந்தி இருசாராரையுமே விமர்சித்தார். தாழ்த்தப்பட்டவர்கள் தொடர்ந்து இந்துக்களாக இருப்பது அதிசயம்தான் என்றார். சனாதன இந்துக்களின் நடத்தையை கண்டும் அவர்கள் மனந்தளராமல் தொடர்ந்து இந்துக்களாக இருக்கிறார்கள் என்றால் அதற்குக் காரணம் தாழ்த்தப்பட்ட மக்களுக்குள்ள பொறுமையும் மதப்பற்றுமேதானே தவிர வேறல்ல என்றும் அதிசயித்தார். *(தொ:68:316;*ஹரிஜன், *21.3.1936)* தமிழகத்திலுள்ள தேவகோட்டையைச் சேர்ந்த தாழ்த்தப்பட்ட மக்கள் மதம் மாறியிருந்ததை அறிந்தவுடன் காந்தி அதை இவ்வாறு விளக்கிக் கொண்டார். சூழ் நிலைமைகள் காரணமாகவும் நிர்ப்பந்தத்தின் பெயரிலும் ஒருவர் மதம் மாறுவதென்பது ஆன்மீக தேடலையோ ஏக்கத்தையோ பொறுத்ததல்ல என்றாலும் வாழ்க்கையில் முன்னேறவும் சாதி இந்துக்களின் ஒடுக்கு முறையிலிருந்தும் தம்மை பாதுகாத்துக் கொள்ளவும் அவர்கள் இதை செய்வார்களேயானால் அதில் அநேக நியாயங்கள் உண்டு. இத்தகைய மதமாற்றத்துக்கு காரணமாக இருக்கிற தீண்டாமை

நோயும் சாதி ஆணவமும் ஒழிக்கப்படாமல், அவற்றை ஒழிக்க முற்படாமல் மதமாற்றத்தை எதிர்ப்பதில் பயனுமில்லை, அறமுமில்லை. (தொ:66:328; ஹரிஜன், 22.3.1935)

ஒருபுறம் அவர் இவ்வாறு கூறினாலும், மதமாற்றத்தை தூண்டியவர்களை, குறிப்பாகக் கிறிஸ்துவ சபைகளின் ஊழியர்களை தொடர்ந்து விமர்சித்து வந்தார். மதமாற்றம் என்ற குறிக்கோளை நோக்கியே அவர்களது சேவைப்பணிகள் உள்ளன என்றார். மிகவும் மோசமான வாழ்நிலைமைகளில் உழன்று கொண்டிருக்கும் தாழ்த்தப் பட்ட மக்களுக்கு 'இறைச்செய்தியை' அறிவித்தாலும், அத்தகைய செய்தியின் ஆன்மீக பொருளைப் புரிந்துணரக்கூடிய நிலையில் அம்மக்கள் இல்லை. எனவே அவர்களுக்கு இத்தகையப் போதனைகளைச் செய்வதும் ஒரு பசுமாட்டுக்கு அவற்றை - உரைப்பதும் ஒன்றுதான் என்று சற்றுக் கடுமையாகவே வாதிட்டார். (தொ:71:42-44; ஹரிஜன், 13.3.1937) தாழ்த்தப்பட்டவர்களைப் பசுமாட்டுடன் ஒப்பிட்டதை கிறிஸ்துவ ஊழியர்கள் ஆட்சேபித்தனர்- காந்தி தான் தவறாகச் சொல்லவில்லை என்றும் பசுமாட்டுடன் அம்மக்களை ஒப்பிட்டதற்கான காரணம் அவர்களது சாதுவான, உலகமறியா நிலைமைதானே தவிர வேறல்ல என்றும், தனது மனைவிக்கோ, பேரக்குழந்தைகளுக்கோ, ஏன் பெருவாரியான ஏழை சாதி இந்துக்களுக்கோ, யாரேனும் தேவ உபதேசம் செய்ய முன்வந்தாலுங்கூட அவர்களைத் தான் பசுமாட்டுடன் தான் ஒப்பிடவேண்டியிருக்கும் என்றும் விளக்கமளித்தார். (தொ:71:97-99; ஹரிஜன், 3.4.1937)

தான் எப்போதும் கூறிவந்தவற்றைத் தொடர்ந்து பேசியும் எழுதியும் வந்தார். கிறிஸ்தவ ஊழியர்கள் தாம் வழிபடும் ஏசுநாதரின் வாழ்க்கையைப் பின்பற்றி வாழ்வார்களேயானால் அதுவே அவர்கள் செய்யக்கூடிய மிகப்பெரிய மதச்சேவை என்றும், கைமாறு கருதாமல் ஊழியம் செய்வதுதான் கிறிஸ்தவர்களுக்குப் பெருமை சேர்க்குமேயன்றி மதமாற்றத்தைத் தூண்டும் செயல்பாடுகளல்ல என்றார். இந்தக் காலகட்டத்தில் அவரைச் சந்தித்து உரையாடிய பல தரப்பட்ட கிறிஸ்தவர்களிடத்து அவர் தொடர்ந்து கூறி வந்ததாவது. தான் ஒரு நல்ல இந்துவாக இருந்துகொண்டு

இந்துமதம் போதிக்கும் அறங்களைக் கைவிடாமல் கிறிஸ்துவச் சமயக் கருத்துகளில் அக்கறை செலுத்தி வந்துள்ளதாகவும், இதனால்தான் தன்னால் ஏசுநாதர் விளம்பிய உண்மைகளைத் தனக்குரியவையாக வரித்துக் கொள்ள முடிந்துள்ளதென்றும் விளக்கினார். ஏசுநாதரின் ஆளுமையும் உள்ளொளியும் உலகம் முழுவதுக்கும் உரியவை என்றும் அவற்றைக் குறிப்பிட்ட மதச் சம்பிரதாயங்களுக்குள் முடக்கமுயலும் முயற்சிகள் அவரது வாழ்க்கையின் பயனைப் பிறர் அறிந்து, அனுபவிக்க முடியாமல் தடுக்குமே தவிர வேறு எதையும் சாதிக்காதென்றும் கூறினார். மேலும், தான் இன்ன மதம்தான் சிறந்ததென்று கருதவில்லையென்றும் உண்மையான சமயவுணர்வுடையவர்கள் பிற மதங்கள் போற்றும் நம்பிக்கைகளை ஏற்றுக்கொள்வர் என்றும், தான் சார்ந்திராத மதத்தில் தனக்குப் புரியாத, புலப்படாத விஷயங்கள் இருந்தால் அவற்றை இடையறாது விமர்சிப்பதைக் காட்டிலும், அவை பற்றி அறிந்தவர்களின் வாக்கை நம்பி ஏற்பதும், முடிந்தால் பேசி விவாதித்து இவ்விஷயங்களில் தெளிவு பெறுவதுமே ஒருவரது ஆன்மீகத்தை வளர்க்குமென்றார். (தொ:70:372; ஹரிஜன், 13.3.1937)

1930களின் இறுதி ஆண்டுகளில் காந்தியின் கவனம் மீண்டும் இஸ்லாம், இஸ்லாமியர்பால் திரும்பியது. 1937இல் நடந்த மாகாணத் தேர்தல்களில் காங்கிரஸ் கட்சியும் முஸ்லிம் லீக்கும் எதிரும் புதிருமான நிலைப்பாடுகளை மேற்கொண்டு தேர்தல் வேட்டையில் இறங்கின. சில இடங்களில் இணைந்தும் செயல்பட்டன–குறிப்பாக ஐக்கிய மாகாணத்தில் (இன்றைய உத்திரபிரதேசம் உள்ளிட்ட பகுதியில்) இரு கட்சிகளும் கூட்டாகவே செயல்பட்டன. ஆனால் தேர்தல் நடந்து முடிந்த பிறகு முஸ்லிம் லீக்கின் விருப்பு வெறுப்புகளைப் பெரியளவுக்குக் கருத்தில் கொள்ளாமல் காங்கிரஸ் செயல்படத்தொடங்கியது. ஐக்கிய மாகாணத்தில் நிலவிய வர்க்க, உடைமை உறவுகளை மேலும் நீதியானவையாக மாற்றியமைக்கப் போவதாக அறிவித்துப் பெரும்வாரியான ஏழை முஸ்லிம் மக்களுடன் நேரடியாக – அதாவது முஸ்லிம் லீக்கின் மூலம் அல்லாமல் – தொடர்பு வைத்துக் கொள்ளப்போவதாகவும் கூறியது.

முஸ்லிம் லீக்கின் அரசியல் செல்வாக்கைக் கட்டுப்படுத்தவும் அதன் அரசியல் கோரிக்கைகளை– முஸ்லிம் சமுதாயத்தின் உரிமைகளைப் பாதுகாக்கும் பொருட்டு முன்வைக்கப்பட்ட கோரிக்கைகளை – மழுங்கடிக்கவுமே காங்கிரஸ் இவ்வாறான செயல்களில் ஈடுபட்டு வருவதாக ஜின்னா போன்றோருக்குத் தோன்றியது. தேர்தலில் பல இடங்களில் முஸ்லிம் லீக் வெற்றி பெறவில்லையாதலால் காங்கிரஸ் கட்சியின் அதிகாரம் நோக்கிய பயணத்தை ஜின்னா போன்றோர் கவலையுடனே எதிர்கொண்டனர். மேலும் இந்து மகாசபை போன்ற அமைப்புகள் காங்கிரஸ் கட்சியினர் சிலரது மத்தியில் செல்வாக்கு பெற்றிருந்ததும் இந்து – முஸ்லிம் அரசியல், சமுதாய உறவுகளில் மேலும் விரிசல்கள் ஏற்படக் காரணமாக அமைந்தது. (காண்க: Summit Sarkar, ப. 352-357)

1937க்குப் பிறகு இந்து முஸ்லிம் முரண்பாடுகள் பலயிடங்களில் கலவரங்களாக வெடித்தன. இவற்றின் உள்ளார்ந்த வன்முறையும் அவ்வன்முறைச் செயல்பாடுகளில் காங்கிரஸ்காரர்களுக்கு இருந்த பங்கும் காந்தியை வெகுவாகப் பாதித்தன. அவர் காங்கிரஸைத் தொடர்ந்து விமர்சித்து வந்தார். (தொ:73:23-25; ஹரிஜன், 26.3.1938; தொ:73:8-89: ஹரிஜன், 9.4.1938) என்றாலும் முஸ்லிம் லீக்கின் கோரிக்கைகளைப் பற்றிக் குறிப்பாக முஸ்லிம் சமுதாயத்தின் இறையாண்மை, சுதந்திரம் ஆகியவற்றை உத்திரவாதப்படுத்தவல்ல அரசியல் தீர்வுகளைப் பற்றி அவர் அதிகம் பேசவில்லை. இந்துக்களும் முஸ்லிம்களும் மனம்மாறி ஒன்றுப்பட்டு நாட்டு சுதந்திரத்துக்காக இணக்கமாகப் போராடி, அதனை வென்றெடுக்க வேண்டும் என்றார். இவ்வாறு பெற்ற சுதந்திரத்தைப் பிறகு அவர்கள் தத்தம் விருப்பத்துக்கேற்ப அமைதியாகப் பகிர்ந்துகொள்ளலாம் என்றார். ஆனால் காங்கிரஸ் கட்சியுடன் இணைந்து போராடுவதென்பதன் சூட்சமத்தை ஜின்னா போன்றோர் அனுபவரீதியாக அறிந்திருந்ததால் காந்தியின் வாதங்கள் அவர்களிடத்து எடுபடவில்லை. ஆங்கில ஆட்சி நீடித்துள்ள இந்தியாவில் நீடித்திருக்கும் போதே தனது கூட்டுநலன்களைப் பத்திரப்படுத்திக்கொள்வதையே முஸ்லிம் லீக் விரும்பியது. இதனால்தான் 1940 இல் முஸ்லிம்களுக்கென ஒரு தனிநாடு வேண்டுமென்ற கோரிக்கையை, முழக்கத்தை ஜின்னா

பொது மேடைகளில் முழங்கத் தொடங்கினார். மேலும் காங்கிரஸ் தேசியக் கட்சியல்ல என்றும் இந்துக்களின் கட்சிதான் என்றும் அதனிடம் அதிகாரம் போய்ச் சேர்ந்தால் முஸ்லிம்களுக்கு அக்கட்சி நியாயம் செய்யும் என எதிர்பார்க்க முடியாதென்றும் ஜின்னா வாதம் புரிந்தார். (காண்க: Summit Sarkar, ப. 377383)

ஜின்னாவின் விளக்கங்களையும் வாதங்களையும் காந்தியால் ஏற்றுக்கொள்ளமுடியவில்லை. அதே சமயம் காங்கிரஸ் தலைமையின் மெத்தனமும் அக்கட்சிக்குள் ஊடுருவி யிருந்த இந்து மகாசபை போன்ற தீவிர இந்து அமைப்புகளின் வெறுப்பார்த்த நிலைப்பாடும் அவரை வருத்தமுறச் செய்தன. இந்த நிலையில் அவர் இரண்டுவிதமாக வாதாடினார். காங்கிரஸின் 'தேசிய' பண்புகளை உயர்த்துப் பிடிக்க முனைந்தார். ஜின்னாவின் வாதங்களுக்கு முகங்கொடுக்கவல்ல கருத்தியல் ரீதியான எதிர்வாதங்களையும் முன்வைத்தார். காங்கிரஸ் இந்து கட்சியல்ல என்றும் அனைத்து மதத்தினரது நலன்களையும் பிரதிநிதித்துவப்படுத்தவல்ல அமைப்புதான் அது என்றும் விசாலமான சிந்தனையுடைய தலைவர்கள் அக்கட்சியில் உண்டென்றும் கூறினார். (தொ:78:178-79; ஹரிஜன், 4.5.1940; தொ:80:211- 14: சீயகானில் பொதுக்கூட்டத்தில் 4.4.1941 அன்று பேசியது)

காந்தி இவ்வாறு வாதிட்டாலும் ஜின்னா அவரது கருத்துகளுடன் உடன்படவில்லை. தனிநாடு கோரிக்கையைத் தளர்த்தவும் முன்வரவில்லை. இந்தக் காலகட்டத்தில் முஸ்லிம் லீக்கின் கோரிக்கைகளுக்குச் செவிமடுத்தும், அவற்றை அங்கீகரித்தும் ஜின்னாவுக்கு மறைமுகமாகவும் நேரடியாகவும் ஆங்கில அரசு ஆதரவு தெரிவித்து வந்ததும் காந்தி ஜின்னாவின் வாதங்களை ஏற்காததற்குக் காரணமாக இருக்கலாம். அதே சமயம் அவர்முஸ்லிம் மக்களிடத்து குடிகொண்டிருந்த அதிருப்தியையும் எரிச்சலையும், மறுபுறம் இந்து மகாசபை போன்ற அமைப்புகள் காங்கிரசாரிடமும் அக்கட்சிக்கு வெளியேயும் பெற்றிருந்த செல்வாக்கையும் குறைவாக மதிப்பிட்டார் என்றும் தோன்றுகிறது. இல்லையெனில் முஸ்லிம்களில் பலருக்கு நாட்டுப் பிரிவினையில் நாட்டமில்லை என்று கூறியிருக்கமாட்டார். பிரிவினை

கோருவதும் இணக்கமான வாழ்வு சாத்தியமில்லையென்று முழக்கமிடுவதும் இஸ்லாமின் பெருந்தன்மைக்கும் அது பாராட்டும் தோழமைக்கும் பெருமை சேர்க்காது என்ற அவரது வாதத்தை எந்தவொரு முஸ்லிம் தலைவரும் ஏற்கத்தக்கதாகக் கருதவில்லை. (தொ:83:79-81; ஹரிஜன், 2.7.1942) இதனால்தான் என்னவோ, அவர் விரக்தியுடன் இதையும் கூறினார். உண்மையிலேயே தனி நாடு வேண்டுமென்று பெருவாரியான முஸ்லிம்கள் நினைப்பார்களேயானால் அவர்கள் தம் இலக்கை அடைவதை யாரும் தடுக்கமுடியாது என்றார். (தொ:82: 188-90; தி பாம்பே கிரானிகல், 25.4.1942)

காந்தி வேறொரு விஷயத்தையும் கருத்தில் கொள்ளவில்லை. காங்கிரஸ் தலைவர்களில் பலர் ஜின்னாவின் நாட்டுப் பிரிவினை முழக்கத்தை அரசியல் ரீதியாக மட்டுமே எதிர்கொள்ள விரும்பினர். இதனால்தான் ராஜாஜி, காந்தி ஏன் இவ்விஷயத்திற்காக வெகுவாகக் கவலைப்பட வேண்டுமென்று வினவியதுடன் இக்கோரிக்கையை காங்கிரசார் சாதுர்யமாகக் கையாண்டாலே காரியம் கைக்கூடுமென்றார். ஜின்னா வேண்டுவதை அளிப்பதாகத் தற்சமயம் வாக்களித்துவிட்டுப் பின்னால் பார்த்துக்கொள்ளலாமென்று அவரும் அவரை அடியொற்றிப் பிறரும் ஆலோசனையளித்தனர். போலி வாக்குறுதிகளை வழங்குவதைத் தன்னால் ஏற்றுக்கொள்ள முடியாதென்றும், இந்துக்கள் முஸ்லிம்களை ஒடுக்கமாட்டார்கள் என்ற தனது நம்பிக்கையை நிஜமாக்கும் வண்ணம் காங்கிரஸ் செயல்படுவதையே தான் விரும்புவதாகவும் காங்கிரஸ் தனது 'தேசிய' பண்பிற்கேற்ப நடக்க முன்வரவேண்டுமென்றும் காந்தி பதிலுரைத்தார். மேலும் டாக்டர் முஞ்சே, சாவர்க்கர் போன்றவர்கள் வேண்டுமானால் இந்துக்களின் ஆதிக்கத்தை முஸ்லிம்கள் மீது வலுக்கட்டாயமாகச் செலுத்துவதைத் தமது இலட்சியமாகக் கொண்டிருக்கலாம், ஆனால் காங்கிரசார் இவ்வாறு சிந்திக்கலாகாது என்றார். (தொ:83:191-195; பம்பாயில் அனைத்திந்திய காங்கிரஸ் கமிட்டி கூட்டத்தில் பேசியது, 8.8.1942)

காங்கிரசும் தனது 'தேசிய'ப் பண்பிற்கேற்ப நடந்துகொள்ள வில்லை. மதப்பற்றற்ற ஜின்னாவும் இஸ்லாமிய அடையாளத்தை அடிப்படையாகக் கொண்டிருந்த தேசிய வாதத்தைக் கைவிடத் தயாராகயில்லை. இதற்கிடையில் இரண்டாம் உலகப்போரில்

இந்தியர்கள் ஈடுபடுத்தப்பட்டிருந்ததும், இப்போருக்காக இந்திய வளங்கள் பயன்படுத்தப்பட்டதும் நாட்டில் கொந்தளிப்பான மனநிலை ஏற்படக் காரணமாயிருந்தன. இந்தக் கொந்தளிப்பு, அரசியல் அலையாக எழும்புவதைக் கட்டுப்படுத்த முஸ்லிம் லீக்கின் தலைமையை ஆங்கில அரசு பயன்படுத்திக்கொள்ளப் பார்த்தது. போரின் பின்னணியில் காங்கிரஸ் விடுத்த கோரிக்கைகளை மறுக்கும் முகமாக அதன் தேசியத் தன்மையைக் கேள்விக்குட்படுத்தியது. இந்து முஸ்லிம் பிரச்சினையைத் தீர்க்காமல் சுதந்திரம் பற்றிப் பேசலாகாது என்றது. இந்த நெருக்கடியான சூழ்நிலையில்தான் காந்தி வெள்ளையனே வெளியேறு போராட்டத்தை அறிவித்தார். காங்கிரசின் தேசியவுணர்வை மீட்டெடுக்க உதவும் போராட்டமாகவும், தேசிய ஒற்றுமையைச் சாதிக்க வல்லதாகவும், ஆங்கில அரசின் மெத்தனப் போக்கைக் கண்டிக்கும் முகமாகவும் முஸ்லிம் தனிநாடு கோரிக்கையை அவ்வரசு ஆதரிப்பதை எதிர்ப்பதாகவும் இது விரிந்தது. (தொ:83:191-195; பம்பாயில் அனைத்திந்திய காங்கிரஸ் கமிட்டிக் கூட்டத்தில் பேசியது, 8.8.1942)

ஆனால் இந்தப் போராட்டம் சந்தித்த ஒடுக்குமுறையும் சிறைவைப்பு நடவடிக்கைகளும் காந்தியின் எதிர்ப்பார்ப்புகளைத் தோற்கடித்தன. காங்கிரஸ் தலைவர்கள் சிறையிலடைக்கப்பட்ட சூழலில் முஸ்லிம் லீக்கின் தலைவர்கள் அரசுடைய நம்பிக்கைக்குப் பாத்திரமானவர்கள் ஆனார்கள். 1944இல் காந்தி சிறையிலிருந்து விடுவிக்கப்பட்டார்– உடனடியாக ஜின்னாவைச் சந்தித்து நாட்டுப் பிரிவினை கோரிக்கைக்குச் சுமுகமான அரசியல் தீர்வைக் கண்டறிய வேண்டிய தேவையை விளக்கினார். பேச்சுவார்த்தைகள் நடந்தபோதிலும் தீர்வு எதுவும் துலங்கவில்லை. 1945இல் ஆங்கில அரசின் தூதுவர் குழு ஒரு புதிய அரசியல் திட்டத்துடன் இந்தியா வந்தது. அத்திட்டத்தில் சிக்கல்களும் முரண்களும் இருந்த போதிலும் காங்கிரசும் முஸ்லிம் லீக்கும் அதனை ஏற்றுக்கொண்டன. ஆனால் அத்திட்டத்தைச் செயல்படுத்தும் முகமாக நடந்த நிகழ்வுகள் குறிப்பாகக் காங்கிரசாரால் முடுக்கிவிடப்பட்ட தந்திரமான செயல்பாடுகள் ஜின்னாவுக்கு ஆத்திரமூட்டியதுடன் ஆங்கில

அரசின்மீது அவருக்கு அதுவரை இருந்த நம்பிக்கை தளரக் காரணமாகயிருந்தன. இந்தியாவை விட்டு வெளியேறும் தருவாயில் ஆங்கில அரசு அவசர அவசரமாக காங்கிரசை முன்நிறுத்தி செயல்பட்ட பாங்கானது அவருக்கு ஏமாற்றத்தை ஏற்படுத்தியது. இந்தச் சூழ்நிலையில்தான், தனிநாடு பெற இனி இந்துக்களுடன் நேரடியாக மோதுவதைத் தவிர வேறு வழியில்லை என்று கருதி ஆகஸ்ட் 16, 1946 ஆம் தேதியைத் தனிநாடு கோரிக்கையை முன்னெடுத்துச் செல்ல முஸ்லிம்கள் நேரடியான நடவடிக்கைகளை மேற்கொள்ளத் தக்க நாளாக ஜின்னா அறிவித்தார்.

இதைத் தொடர்ந்து வங்கத்தில் கலவரங்கள் மூண்டன. பல்லாயிரக்கணக்கான இந்துக்கள் அங்கு கொல்லப்பட்டனர் (இவர்களில் கணிசமானவர்கள் தாழ்த்தப்பட்டவர்களாக இருந்தனர்). இதைத் தொடர்ந்து பீகாரில் கலவரங்கள் ஏற்பட்டன – வங்கப் படுகொலைகளுக்குப் பழிதீர்க்கும் விதமாக இவை மேற்கொள்ளப்பட்டன.

நவம்பர் 1946இல் காந்தி வங்கம் வந்து சேர்ந்தார். அங்கு நடந்த கொலைகளையும் பிற வன்முறைச் சம்பவங்களையும் பற்றிக் கேட்டு அறிந்துகொண்டு வன்முறையில் பாதிக்கப்பட்டவர்களை சந்தித்துப் பேசியும் நடந்தவற்றைப் பற்றி ஒருவாறு தெரிந்து கொண்டார். அங்கு அவர் கூறியவற்றின் சாரமாவது: பாகிஸ்தான் தேவையா இல்லையா என்பதைக் குறித்து விவாதிக்கவோ, ஆராயவோ தான் வரவில்லையென்றும், முஸ்லிம்களும், இந்துக்களும் சேர்ந்து இணக்கமாக வாழ வேண்டுமென்பதே தனது விருப்பம், இலட்சியம் என்றார்.(தொ:93:101-03; ஹரிஜன், 12.1.1947)

வங்கத்தில் அவர் பல மாதங்கள் கழித்தார்–கிராமம் கிராமமாகப் பயணித்தார். இந்து – முஸ்லிம் குடும்பங்களின் ஒற்றுமையை, இணைந்த வாழ்க்கையை சாதிக்கத் தனது ஆசிரமத் தோழர்களையும், அகிம்சை வழியில் நாட்டமுடைய சக ஊழியர்களையும் கலவரங்கள் நடந்த கிராமங்களில் வசிக்கச் சொல்லி ஆணையிட்டார். அந்த ஒற்றுமைக்கென அவர்கள் ஊழியம் புரிய வேண்டுமென்றார். இந்தக் காலகட்டத்தில் தான் அவர் சர்வசமய பிரார்த்தனைக் கூட்டங்களை நடத்தத்

தொடங்கினார். அக்கூட்டங்களில் திருக்குரானிலிருந்து வாசகங்கள் பேசப்பட்டன, ராமநாமம் ஓதப்பட்டது. சில சமயங்களில் கூட்டத்தில் கலந்துகொண்டவர்கள் இதை ஏற்கவில்லை – அல்லாவை மட்டுமே இறைவனாக வணங்கக் கடமைப்பட்டுள்ளவர்களால் ராமநாமத்தை ஏற்க முடியாது என்றனர். காந்தி சகிப்புத்தன்மையின் தேவையை, உன்னதத்தை வலியுறுத்தினார். (தொ:93:247-48; மாசிம்பூர் பிரார்த்தனைக் கூட்டத்தில் பேசியது, 23.1.1947)

வங்கத்தில் தனது ஊழியர்களை இருக்கச் சொல்லிவிட்டு மார்ச் 1947இல் காந்தி பீகாருக்குச் சென்றார். பீகாரில் நடந்த படுகொலைகளை மிக வன்மையாகக் கண்டித்ததுடன், அங்கு ஆட்சியிலிருந்த காங்கிரஸ்காரர்கள் அவற்றுக்கு முழுப்பொறுப்பேற்க வேண்டுமென்றார். நாங்கள் ஏதும் செய்யவில்லை என்றோ, ஒருசில காங்கிரஸ் ஊழியர்கள் வேண்டுமானால் இதில் சம்பந்தப்பட்டிருக்கலாம், ஆனால் கட்சிக்கும் இதற்கும் தொடர்பில்லை என்றோ விளக்கம் கூறி அக்கட்சியினர் தமது பொறுப்பைத் தட்டிக்கழிக்க முடியாது என்றார். மேலும் இந்துமதத்துக்குப் பெருமை சேர்ப்பதாக எண்ணி யாரேனும் இக்கொலைகளை நியாயப்படுத்த முற்பட்டால் அதைவிட நாகரிகமற்ற செயல் வேறொன்றும் இல்லை என்றும், பிறரது மதவுணர்வுகளை, பிற மதத்தைச் சேர்ந்தவர்களை அழிப்பவர்கள் தாங்கள் சார்ந்திருக்கும் மதத்தையும் சேர்ந்து அழிப்பவர்கள்தான் என்று மறைநூல்கள் யாவும் கூறியுள்ளன என்றார். உடனடியாகப் பீகாரிலுள்ள இந்துக்கள் பாதிக்கப்பட்ட முஸ்லிம்களுக்கு உதவ முன்வர வேண்டுமென்றும், கட்சி, அரசு ஆகியவற்றை எதிர்பார்த்திருக்கத் தேவையில்லை என்றும் கூறினார். (தொ:94:74-75; ஹரிஜன், 23.3.1947)

காந்தியால் தொடர்ந்து பீகாரில் இருக்க முடியவில்லை – அவர் டில்லிக்கு அழைக்கப்பட்டார். புதிய ஆளுநர் மவுண்ட்பேட்டனைச் சந்தித்தார். நாட்டுப்பிரிவினையைத் தடுக்க ஒரே வழி ஜின்னாவைப் பிரதமராக்குவதுதான் என்றார். அவ்வாறு செய்தாலும் அரசியல் அமைப்புச் சபையில் அவரால் பெரும்பான்மையினரின் ஆதரவைப் பெற முடியாது என்பதை மவுண்ட்பேட்டன் சுட்டிக்காட்டினார்.

காந்தி இது குறித்து நேருவுடனும், பட்டேலுடனும் பேசி ஒரு முடிவுக்கு வருவதாக வாக்களித்தார். நேருவும், பட்டேலும் அவருடைய ஆலோசனையை ஏற்கவில்லை. அது நடைமுறை சாத்தியமற்றது என்று கூறினார்கள். (காண்க Sumit Sarkar, ப. 437)

காங்கிரஸ் கட்சியின் அரசியல் செயல்பாடுகளுக்கும், தனக்கும் இனி ஏதும் சம்பந்தம் இல்லையோ என்று எண்ணுகிற அளவுக்கு காந்தி அக்கட்சியிலிருந்தும் அதன் தலைவர்களிடமிருந்தும் அந்நியப்பட்டுப் போயிருந்தார். 1947 மார்ச் 20 ஆம் தேதி நேருவுக்கு எழுதிய கடிதத்தில் பஞ்சாபில் வகுப்புக் கலவரங்கள் ஏற்பட்டிருப்பதன் பின்னணியைக் குறித்து விசாரித்துவிட்டு அவர் குறிப்பிட்டதாவது: "பஞ்சாபில் நடந்து வரும் அவல நிகழ்வுகள் குறித்து உனக்குத் தெரிந்ததை, உன்னால் முடிந்ததை எனக்குச் சொல்ல வேண்டும். பத்திரிகைகளில் வெளிவர அனுமதிக்கப்பட்டுள்ள செய்திகளைத் தவிர – இச்செய்திகளை நான் அறவே நம்ப மறுக்கிறேன் – எனக்கு எதுவும் தெரியாது. விஷயங்களை மூடி மறைக்கும் பழைய அரசியல் மனோபாவத்தை என்னால் ஏற்றுக்கொள்ள முடியாது. எந்த நடவடிக்கைகளுக்காக ஆங்கில அரசை நாம் விமர்சனம் செய்தோமோ அதே நடவடிக்கைகளை இந்த நாடு அப்படியே பின்பற்றுவதைப் பார்த்து என்னால் ஆச்சரியப்படாமல் இருக்க முடியவில்லை." (தொ:94:153-54; ஜவஹர்லால் நேருவுக்கு எழுதிய கடிதம், 20.3. 1947)

இவ்வாறு அங்கலாய்க்கும் காந்தி, பஞ்சாப் மாகாணத்தைப் பிரிவினைப்படுத்தும் முடிவை காங்கிரஸ் செயற்குழு மேற்கொண்டுள்ளதாகத் தனக்குத் தெரியவந்துள்ளதென்றும்; இந்த முடிவு உண்மையிலேயே அனைவரது சம்மதத்தின் பெயரில் மேற்கொள்ளப்பட்டதா? அல்லது செயற்குழுவினர்மீது திணிக்கப்பட்ட ஒன்றா? என்பதும் தனக்குப் பிடிபடவில்லை என்று கூறி கடிதத்தை முடிக்கிறார்.

காந்தி தான் சொல்வதை காங்கிரஸ் கட்சி கேட்கப்போவதில்லை என்பதை அறிந்திருந்தார். என்றாலும் பிரிவினை என்பதன் அடிப்படையில் நிறுவப்படும் சுதந்திரம் எந்தவித விடியலையும் நாட்டுக்கு வழங்கப்போவதில்லை என்ற தனது கருத்தைத் தொடர்ந்து வற்புறுத்தவே விரும்பினார்.

வ. கீதா

பெரும்பான்மையின மக்களுக்கும் சிறுபான்மையின மக்களுக்கும் இடையே நிலவ வேண்டிய உறவு குறித்து தெளிவாகவும் திட்டவட்டமாகவும் தன் கருத்துகளை முன் வைத்தார். “ஒரு கிராமத்தில் 500 இந்துக்களும், 5 முஸ்லிம்களும் இருப்பார்களேயானால் அந்த 500 ‘இந்துக்களுக்கும் அந்த 5 முஸ்லிம்களைப் பொறுத்தவரையில் சில கடமைகள் உண்டு. இந்தக் கடமைகளையாற்ற வேண்டியிருப்பதாலேயே அவர்களுக்குச் சில உரிமைகளும் உண்டு. இதனால் இறுமாப்படைந்து அந்த முஸ்லிம்களைக் கொன்றுவிடலாம் என்று அவர்கள் நினைக்கக் கூடாது. கொல்வதற்கு யாருக்கும் உரிமையில்லை. அதற்குத் தைரியமும் தேவையில்லை. கொல்வதென்பது கோழைத்தனம். பெருத்த அவமானம். தங்களது சுக துக்கங்களை முஸ்லிம்களுடன் பகிர்ந்து கொள்வதும்... அவர்களுக்கு உணவு, நீர் ஆகியன அளித்து அவர்களது தேவைகள் நிறைவேற்றப்பட்டுள்ளனவா என்று அறிந்துகொள்வதும் இந்துக்களின் கடமையாகும். 500 இந்துக்களும் தங்களது கடமையைச் செய்து முடித்த பிறகுதான் முஸ்லிம்களும் தங்கள் பொருட்டுக் கடமையாற்ற வேண்டுமென்று உரிமை கொண்டாடலாம்... (தொ:95:359-61; புதுதில்லியில் பிரார்த்தனைக் கூட்டத்தில் பேசியது, 29.6.1947)

நாட்டுச் சுதந்திரமும் பிரிவினையும் ஒருசேர பிறக்கவிருந்த வரலாற்றுத் தருணத்தை காந்தி ஆனந்தமானதாக நினைக்கவில்லை. ஆகஸ்ட் 1947இல் அவர் மீண்டும் வங்கம் சென்றார், முஸ்லிம் லீக் தலைவரும், 1946இல் நடந்த கலவரங்களில் நேரடியாகத் தொடர்புடையவராகக் கருதப்பட்ட வங்கப் பிரதமர் (முதலமைச்சர்) சுராவார்த்தியுடன் தங்கினார். பொதுமக்கள் முன் அவரை மன்னிப்பு கோர வைத்தார். வங்கத்தில் கலவரங்களைத் தடுப்பதே தனது லட்சியமென்றும், இதற்காகத்தான் உண்ணாவிரதம் இருக்கப்போவதாகவும் அறிவித்தார் (தொடர்ந்து வன்முறைச் சம்பவங்கள் நடந்த வண்ணம் இருந்ததால் அவர் இவ்வாறு தன்னைத்தானே வருத்திக்கொள்ள வேண்டியிருந்தது.) அவரது உண்ணாவிரதம் பலித்தது. வங்கத்தில் குறிப்பாகக் கல்கத்தாவில் ஓரளவுக்கு அமைதி நிலவியது.

செப்டம்பர் 1947 ஆம் ஆண்டு காந்தி டில்லி திரும்பினார். அந்த நகரமே அகதிகள் முகாமாக மாறியிருந்தது. பஞ்சாபிலிருந்து கோடிக்கணக்கான இந்துக்களும் சீக்கியர்களும் வெளியேறிய வண்ணம் இருந்தனர். ஐக்கிய மாகாணம், டில்லி நகரம், கிழக்கு பஞ்சாப் ஆகிய இடங்களிலிருந்து முஸ்லிம்கள் பாகிஸ்தான் நோக்கிச் சென்றனர். பஞ்சாபிலிருந்து வெளியேறிய இந்துக்களைச் சமாதானப்படுத்துவதும் டில்லிவாசிகள் முஸ்லிம்களை எதிராளிகளாகக் கருதுவது நியாயமில்லை என்று கூறுவதும், வன்மம், பழிக்குப்பழி வாங்க நினைக்கும் வெறி முதலியவற்றின் நாசகர விளைவுகளை எடுத்துச் சொல்வதுமாக அவரது நாட்கள் கழிந்தன. இந்தக் காலகட்டத்தில் அவர் பேசியதாவது:

இந்தியாவில் தங்களால் இனி வாழ முடியாதென்று முஸ்லிம்கள் நினைப்பார்களேயானால், அதைவிடச் சோகம் வேறேதுமில்லை என்றார். பாகிஸ்தானில் இந்துக்களுக்கு இடமில்லை என்று சிலர் கூறுவதன் எதிரொலியாக இந்தியாவில் முஸ்லிம்களுக்கு இடமில்லையென்று பலர் முழங்குவதென்பது வரலாற்றை அறியாதவர்களின் செயல்பாடாகும் என்றார். இஸ்லாமிய சாம்ராஜ்யமானது உலகம் முழுக்கப் பரவி யிருந்த காலத்திலுங்கூட "இந்துக்களுக்கும் பிறருக்கும் இங்கு இடமில்லை" என்று யாரும் அறிவிக்கவில்லை என்பதைச் சுட்டிக்காட்டினார். மேலும் இஸ்லாம், இந்தியாவுக்கென்ன நேற்றா வந்தது? என்றும் வினவினார். அம்மதம் இந்த மண்ணில் வேரூன்றியது மட்டுமல்லாது, அதன் பொருட்டுப் பெரிய தியாகங்களும் துறவுகளும் மேற்கொள்ளப்பட்டுள்ளன என்றும் விளக்கமளித்தார். (தொ:96:392-93; புதுதில்லியில் பிரார்த்தனைக் கூட்டத்தில் பேசியது, 19.9.1947)

ஜும்மா மசூதியையும், செங்கோட்டையையும் இந்நாட்டுக்கு வழங்கியவர்களை விரட்டியடிப்பதென்பது முறையற்ற செயல் என்றார். முஸ்லிம்களை விரட்டிவிட்டு அவர்களது புராதனக் கட்டிடங்களை சுவீகரிக்கவும், அனுபவிக்கவும் இந்துக்கள் நினைப்பதைத் தன்னால் ஏற்றுக்கொள்ள இயலாது என்றார். மற்றொரு சமயம் இது குறித்துப் பேசுகையில், முஸ்லிம்கள் அப்படியே நாட்டை விட்டு வெளியேறியாக வேண்டுமென்றால் எதை எடுத்துச்

செல்வார்கள், எதை விட்டுச் செல்வார்கள் என்று கேள்வியை எழுப்பித் தானே பதிலும் அளித்தார். ஜீம்மா மசூதி, அலிகர் பல்கலைக்கழகம், இறந்தவர்களுக்கான நினைவிடங்கள் ஆகியவற்றையெல்லாம் தூக்கிக்கொண்டா போக முடியும்? என்று சோர்வு மேம்படக் கேட்டார். (தொ:96:392-93; புதுதில்லியில் பிரார்த்தனைக் கூட்டத்தில் பேசியது, 19.9.1947)

அவரது வேண்டுகோள்களும் விளக்கங்களும் காற்றில் கரைந்தன. பழிவாங்கும் மனோபாவம் பரவலாகக் காணப்பட்டது. முஸ்லிம்களும் தொடர்ந்து வெளியேறிய வண்ணம் இருந்தனர். அவ்வாறு போகிறவர்கள், குறைந்தபட்சம் அமைதியாகச் செல்லட்டும். யாரும் அவர்களைத் துன்புறுத்த வேண்டாமென்று காந்தி கேட்டுக்கொண்டார். முஸ்லிம்கள் விட்டுச் சென்ற வீடுகளை இந்துக்கள் தமதாக்கிக்கொள்ளக் கூடாதென்றும் அரசாங்கத்திடம் அவற்றை ஒப்படைத்து விட வேண்டுமென்றும் வேண்டினார். தான் பாகிஸ்தானுக்குச் செல்ல விரும்புவதாகவும், தனியாக, போலீஸ், இராணுவத்தாரின் துணையின்றி தான் செல்ல நினைப்பதாகவும், தான் இறந்தாலும் கூட, கொல்லப்பட்டாலும்கூடப் பரவாயில்லை, அது ஒரு விதத்தில் நல்லதும் கூட, தனது மரணம் பிறருக்கு ஒரு பாடமாக இருக்குமென்றும் மனந்தளர்ந்தவராய்ப் பேசினார். (தொ:96:411-12; புதுதில்லியில் பிரார்த்தனைக் கூட்டத்தில் பேசியது, 23.9.1947)

பழிவாங்குதல், வன்மம் குறித்துப் பேசி வந்த இந்த நாட்களில் இந்தியாவின் வருங்காலம் குறித்தும் பேசினார். குறிப்பாகக் கடந்த கால வரலாற்றை வருங்காலம் எப்படிப் பார்க்கப் போகிறது, எப்படி இந்த வரலாறு கற்பிக்கப்படப்போகிறது என்பது பற்றிச் சிந்தித்தார். அனைத்து வகுப்புகளை, சமயங்களை சேர்ந்தவர்கள் நட்புறவுடன் வாழ்ந்து அழகான பண்பாட்டுக் கலவை ஒன்று உருவாக்குவதும் அத்தகைய பண்பாட்டை வளர்ப்பதுமே நாட்டுக்கு உகந்த இலட்சியமாகும் என்றார். இதைவிட்டு விட்டுப் பிற சமயங்களின், பண்பாடுகளின் நிழல் படாத தூய பண்பாட்டினைத் தேடிச் செல்வோமேயானால் அது ஆரோக்கியமான வரலாற்றுப் பயணமாக இருக்காது என்றும், அத்தகைய 'தூய' வரலாற்றுக் காலகட்டத்தை

ஒருவேளை கண்டுபிடித்தாலும் அதன் நெறிகளின்படி வாழ்வதென்பது கோரமான விளைவுகளையே ஏற்படுத்தும் என்றும் கருத்துரைத்தார். தனது கருத்துகளை மேலும் விளக்கி எழுதினார். "உதாரணத்துக்கு முஸ்லிம் மன்னர்கள் ஆட்சி புரிந்த காலத்தை வரலாற்றிலிருந்து வெட்டியெடுத்து எறிந்து விடலாமென்று சிலர் இறுமாப்புடன் நினைக்கக்கூடும் – அவ்வாறு செய்தால் மாபெரும் ஜும்மா மசூதி டில்லியில் உள்ளது.... அலிகாரில் ஒரு முஸ்லிம் பல்கலைக்கழகம் உள்ளது. உலக அதிசயங்களில் ஒன்றான தாஜ் மகால் ஆக்ராவில் உள்ளது. பெரும் கோட்டைகள் டில்லியிலும் ஆக்ராவிலும் உள்ளன என்பது போன்றவற்றை நாம் மறந்துவிட வேண்டியதுதான். அது மட்டுமல்ல நமது வரலாற்றையும் இத்தகைய மறதியின் அடிப் படையிலேயே எழுத வேண்டியவர்களாகிவிடுவோம்." (தொ:97:154-55; ஹரிஜன், 2.11.1947)

நாட்டுப் பிரிவினை தோற்றுவித்த வன்முறையில் பெண்கள் பாலியல் வன்முறைக்கு ஆளாக்கப்பட்டது, கடத்தப்பட்டதுமான செயல்கள் காந்தியின் பொறுமையைச் சோதிப்பவையாக அமைந்தன. கடத்தப்பட்ட பெண்களை மீட்பதில் இரு அரசுகளும் அக்கறை செலுத்த வேண்டுமென்றார். பலாத்காரத்துக்கு ஆளான பெண்களை அவரவரது குடும்பங்கள் ஏற்றுக்கொள்ள வேண்டுமென்றார். இத்தகைய பாதிப்புக்காளானவர்களை ஏற்றுக்கொள்ள இசுலாமியர்கள் தயங்கமாட்டார்கள், இந்த விஷயத்தில் அவர்கள் பெருந்தன்மையுடனே நடந்து கொள்வார்கள் என்றும் கூறினார். இந்துக்கள் அப்படியல்ல, பலாத்காரத்துக்கு உட்படுத்தப்பட்ட பெண்களை 'கெட்டுப் போனவர்கள்' என்று விலக்கிவைக்கக்கூடும் என்பதை காந்தி அறிந்திருந்தார். (தொ:98:9-10; புது தில்லியில் பிரார்த்தனைக் கூட்டத்தில் பேசியது, 7.12.1947)

குடிமைச் சமுதாயத்தளத்தில் பணிபுரிந்து வந்த இந்த நாட்களில் காங்கிரஸ் கட்சியின் செயல்பாடுகள், அதன் தலைவர்களது நிலைப்பாடுகள் குறித்தும் தனது கருத்துகளை முன்வைத்தார். காங்கிரஸ் செயற்குழு கூட்டத்தில் பங்கேற்று முஸ்லிம்கள் நடத்தப்படும் விதத்தை விமர்சித்து மனம்

வெதும்பினார். முஸ்லிம்கள் அனைவரும் இந்தியாவிலிருந்து வெளியேற்றப்பட வேண்டுமென்று முழங்கும் இந்து மகாசபை ஆகட்டும், நடந்து வரும் சம்பவங்களுக்குக் காரணமாக இருப்பதாகச் சொல்லப்படும் ஆர்.எஸ்.எஸ். அமைப்பாக இருக்கட்டும் – இவற்றின் குரல் எடுபடாத வண்ணம் பொது மக்கள் அபிப்பிராயத்தை மாற்ற காங்கிரஸ் முன் வர வேண்டும். இதை விட்டுவிட்டு 'கிழவன் உளறுகிறான்' என்று என்னைப் புறந்தள்ளுவதும், 'அவன் இஸ்லாமியர்களிடம் தஞ்சமடைந்து விட்டான்' என்று கிசுகிசுப்பதும், 'ஜவஹர்லால் மட்டுமென்ன அவனும் இப்படித்தான்' என்று யோசிப்பதும், 'பட்டேல் கொஞ்சம் பரவாயில்லை – என்னதான் இருந்தாலும் அவரிடம் இந்து உணர்வு இருக்கிறது என்றாலும் அவரும் காங்கிரஸ் காரர்தானே' என்று அங்கலாய்ப்பதுமான செயல்கள் மேற்கூறிய இந்து அமைப்புகளின் வாதங்களுக்குத்தான் வலுசேர்க்கும் என்றும் எச்சரித்தார். (தொ:97:317-323; அனைத்திந்திய காங்கிரஸ் கமிட்டி கூட்டத்தில் பேசியது, 15.11.1947)

காங்கிரஸ் மெத்தனமும், காங்கிரஸ் தலைவர்கள் சிலர் ஊழல், கையூட்டு விஷயங்களுக்குத் துணையிருப்பதாக வந்த செய்திகளும், தனது நீண்டநாளைய நண்பரும் சக ஊழியருமான பட்டேல் பாகிஸ்தானுக்குச் சேர வேண்டிய நிதி விகிதத்தை உடனடியாகப் பகிர்ந்தளிக்கத் தயங்கியதும் காந்தியை வெகுவாக வாட்டின. ஜனவரி 12ஆம் தேதி அவர் உண்ணாவிரதம் மேற்கொண்டார்.

தான் முஸ்லிம்களின் நலன் கருதி அவர்களுக்காக இதைச் செய்வதாகவும் கூறினார். இந்தியாவிலுள்ள முஸ்லிம்கள் அனைத்தையும் இழந்தவர்களாய் ஆகிவிட்டனரென்றும், கடந்த காலத்தில் அவர்களால் அரசாங்கத்தின் உதவியை நாடமுடிந்தது அல்லது அவர்களது தேவைகளை எடுத்துச் சொல்ல முஸ்லிம் லீக் இருந்தது. நாட்டுப் பிரிவினைக்குப் பிறகோ இந்திய முஸ்லிம்களுக்காகக் குரல் கொடுக்க யாருமில்லை என்றார். (தொ:98:219-220; ஹரிஜன், 18.1.1948; தொ:98:224-225, புது தில்லியில் பிரார்த்தனைக் கூட்டத்தில் பேசியது, 13.1.1948)

பட்டேல் காந்தியைச் சந்தித்தார். பாகிஸ்தானுக்குச் சேர வேண்டியதை இந்திய அரசு உடனடியாகத் தந்துவிடும் என்றார். வகுப்பு ஒற்றுமையைச் சாதிக்கத் தங்களால் ஆனதைச் செய்வதாகக் காங்கிரஸ் தலைவர்கள் வாக்குறுதிகளைத் தந்தனர். காந்தி உண்ணாவிரதத்தை முடித்துக்கொண்டார். ஆனால் அதைத் தொடர்ந்து அவரைக் கொலை செய்யும் முயற்சி ஒன்று நடந்தது. அவரிருந்த இடத்துக்கு அருகே குண்டு எறியப்பட்டது. குண்டை வீசிய நபர் ஒரு மசூதியில் போய் ஒளிந்துகொண்டதாகவும் தகவல்கள் வந்தன. அம்மனிதனைத் தான் ஏற்கனவே மன்னித்து விட்டதாகவும் அவன் மசூதியை விட்டு நீங்க வேண்டுமென்றும் அவனது செயல் அவன் நம்புவதாகக் கூறும் இந்து சமய நெறிகளுக்கு எதிரானது என்றும் அறிக்கை விடுத்தார். (தொ:98:281-83; புதுதில்லியில் பிரார்த்தனைக் கூட்டத்தில் பேசியது, 21.1.1948) இச்சம்பவம் நடந்த சில நாட்களில் காந்தி கோட்ஸேயின் துப்பாக்கிக்குப் பலியானார். அவரது கடைசி வார்த்தைகள் அவரது மனநிலையைப் பிரதிபலிப்பதாக இருந்தன:

"என்னை இங்கிருந்து (டில்லியிலிருந்து) போகச் சொல்கிறார்கள். என்னால் அநேக கஷ்டங்கள் ஏற்பட்டுள்ளன என்றும், நான் எங்காவது போவதுதான் நல்லதென்றும் கூறுகிறார்கள். ..... இமயமலைக்குப் போவதுதானே? என்கிறார்கள் ... கடவுளின் சித்தப்படிதான் என்னால் நடக்க முடியும்!... துயருருவோருக்கு நாம் ஆற்றும் உதவிதான் கடவுளாகும்! ... நான் முஸ்லிம்களின் நண்பன் என்பதால் இந்துக்களுக்கு எதிரியாகிவிட்டேன் என்று ஏன் நினைக்கிறீர்கள்?... நீங்கள் 'போ' என்று கூறுவதால் நான் போய்விட வேண்டுமா என்ன?... இமயமலைக்குச் செல்வதால் எனக்கு அமைதி கிட்டாது. இப்போதுள்ள கொந்தளிப்பான சூழலில்தான் நான் அமைதியை நாட்ட விரும்புகிறேன். அதைச் செய்ய முடியாவிட்டால் இறந்துபோகவும் தயாராக உள்ளேன். எனது இமயமலை இங்குதான் உள்ளது....."
(தொ:98:331; புதுதில்லியில் பிரார்த்தனைக் கூட்டத்தில் பேசியது, 29.1.1948)

தாழ்த்தப்பட்டவர்களின் உரிமைகள் என்ற விஷயத்தில் தனக்கு மெய்யெனப் பட்டதை உத்திரவாதமாகக் கொண்டு தனது நிலைப்பாட்டுக்கு நியாயம் சேர்த்ததைப் போலவே,

இந்து – முஸ்லிம் பிரச்சனையைப் பொறுத்தவரையில் தான் இன்றியமையாததாக நினைத்த அன்பு, தோழமை ஆகியவற்றை உத்திரவாதங்களாக வழங்க காந்தி முன்வந்தார். முஸ்லிம்களின் உரிமைகளை, தேவைகளை அவற்றுக்குரிய வரலாற்று நியாயங்களுக்கேற்ப வரையறுப்பதற்குப் பதில் தான் 'அறம்' என்றும் 'அன்பு' என்றும் கொண்டவற்றைக் கொண்டு புரிந்துகொள்ள முனைந்தார். என்றாலும் தாழ்த்தப்பட்டவர்களைப் பற்றிய அவரது கருத்துகளில் சிலவற்றைப் புதிய விவாதங்களுக்கும் சிந்தனைக்குமான தொடக்கமுனைகளாகக் கொண்டது போல, மதம், மதநம்பிக்கை, மதங்களின் இணக்கம் குறித்த காந்தியின் கருத்துகளைச் சமயம், சமுதாயம் ஆகியவற்றுக்கு இடையிலான உறவைப் பற்றி மீண்டும் சிந்திக்க, விவாதிக்கத் தொடக்கப் புள்ளிகளாகக் கொள்ளலாம் என்று தோன்றுகிறது. குறிப்பாக, 'எம்மதமும் சம்மதமே' என்ற வாதம் வெற்றொலியாக ஒலிக்கும் சூழலில், சமயங்களின் வரலாறு, ஐதீகங்கள், நம்பிக்கைகள், தனிநபர்களின் தன்னிலைக்கும் சமயவுணர்வுக்குமுள்ள உறவு ஆகியவற்றைப் பற்றி வளமானசிந்தனையோ விவாதங்களோ தொடாந்து நடைபெறாதவொரு கருத்துச் சூழலில் காந்தியின் சமயம், சமுதாயம் குறித்த சிந்தனையும் செயல்பாடும் பயனுள்ளவையாக இருக்கும் என்பதில் சந்தேகமில்லை.

அடிப்படை ஆதாரங்கள்:

மேற்கோள் விளக்கங்கள் அனைத்தும் 'மகாத்மா காந்தியின் தொகுக்கப்பட்ட எழுத்துக்களை உள்ளடக்கிய குறுந்தகட்டிலிருந்து தெரிவு செய்யப்பட்டவையாகும் (குறுந்தகடு வெளியிடப்பட்ட ஆண்டு: 2000; இந்திய அரசு வெளியீடு)

பரிசல் புதிய வெளியீடுகள்

1. **கருணாமிர்த சாகரம்** (சுருக்கத் திறனாய்வு உரை) ரூ. 200
   அமுதா பாண்டியன்

2. **மானுடமும் மண்டியிடுதலும்: மாறிவரும் சினிமாவும் மாறாத அகத்தேடலும்** ரூ. 270
   சொர்ணவேல் ஈஸ்வரன்

3. **காந்தியின் ஸநாதந அரசியல்** ரூ. 120
   கோ. ரகுபதி

4. **பாப்லோ நெருதா கவிதைகள்** ரூ. 270
   தமிழில்: சுகுமாரன்

5. **பண்டைத் தமிழ்ச் சமூகத்தில் கல்வி** ரூ. 75
   பேரா. சேவியர் தனிநாயகம் அடிகள்
   மொழியாக்கம்: ந. மனோகரன்

6. **பன்முக ஆளுமை: மு. அருணாசலம்** ரூ. 280
   ஜெ. சுடர்விழி

7. **தமிழ்ப் பெரியார்கள்** ரூ. 100
   வ. ரா

8. **சங்க இலக்கியம்: ஒரு ஃபிராய்டிய உளப்பகுப்பாய்வு வாசிப்பு** ரூ. 300
   அரங்க. நலங்கிள்ளி

9. **தமிழ்ச் சிறுகதைகளும் மனிதப் பெருவெளியும்** (திறனாய்வுக் கட்டுரைகள்) ரூ. 150
   முனைவர் க. பஞ்சாங்கம்

10. **பதுங்குகுழி நாட்கள் / அம்மை** ரூ. 170
    பா. அகிலன்

11. **வெட்டப்பட்ட எனது கட்டைவிரல்** ரூ. 130
    பாரதி கவிதாஞ்சன்

12. **ஒரு சிறிய இடைவேளைக்குப் பிறகு** ரூ. 120
    பாரதி கவிதாஞ்சன்

13. குமரப்பாவிடம் கேட்போம் ரூ. 100
    ஜே.சி. குமரப்பா
    மொழியாக்கம்: அமரந்த்தா
14. காந்தி ராமசாமியும் பெரியார் ராமசாமியும் ரூ. 140
    ப. திருமாவேலன்
15. தமிழ் - மலையாள உறவு ரூ. 280
    எஸ்.பி. ராமகிருஷ்ணன்
16. கரைந்த காலத்தின் கனத்த சாட்சிகள் ரூ. 200
    ப. திருமாவேலன்
17. காந்திய அரசியல் ரூ. 100
    வ. கீதா
18. ஒளியின் வெளி ரூ. 175
    செ. ரவீந்திரன்
19. தொல்காப்பியம் - பன்முக வாசிப்பு ரூ. 250
    பா. இளமாறன்
20. பஞ்சமனா பஞ்சயனா ரூ. 130
    ஆ. சிவசுப்பிரமணியன்
21. கோபுரத் தற்கொலைகள் ரூ. 100
    ஆ. சிவசுப்பிரமணியன்